INSIGHT PUBLICA

AF518781

Nadakkavu, Kozhikode, Kerala
Tel:0495–4020666
www.insightpublica.com
e-mail: insightpublica@gmail.com
**Ottappettavarude Railway Station**
***Gokul Raj***
(Malayalam Stories)
First Edition: May 2021

ISBN 978-93-91006-47-1
Cover Design: KJ VJ
Printed and Published by
Insightinpublica Printers & Publishers Pvt. Ltd.

# ഒറ്റപ്പെട്ടവരുടെ റെയിൽവേസ്റ്റേഷൻ

ഗോകുൽ രാജ്

INSIGHT PUBLICA

1998 ജൂൺ 20 ന് കോഴിക്കോട് ജില്ലയിലെ അന്നശ്ശേരിയിൽ സുഷയുടെയും ബാബുരാജിന്റെയും മകനായി ജനിച്ചു. 2016-2019 കാലഘട്ടത്തിൽ, ശ്രീനാരായണ ഗുരു കോളേജിൽ ബിരുദ വിദ്യാർത്ഥിയായിരിക്കെ ഹ്രസ്വചിത്രങ്ങൾ ചെയ്ത് നിരവധി പുരസ്കാരങ്ങൾ സ്വന്തമാക്കി. 2019 ൽ, വൈഷ്ണവ് എച്ച് നോടൊപ്പം തിരക്കഥയെഴുതി സംവിധാനം ചെയ്ത ആദ്യ സ്വതന്ത്രചലച്ചിത്രം 'ഡൊമസ്റ്റിക് ഡയലോഗ്സി'ന്റെ പ്രഥമപ്രദർശനം കാഴ്ച-നിവ് ഇൻഡീ ഫിലിം ഫെസ്റ്റിവലിൽ വെച്ച് നടന്നു. അതേവർഷത്തെ ജാർഖണ്ഡ് ഇന്റർനാഷണൽ ഫിലിം അവാർഡ്സിൽ മികച്ച നവാഗത സംവിധായകർക്കുള്ള പുരസ്കാരം നേടി. രണ്ടാമത്തെ ചലച്ചിത്രമായ 'ഉഴലി'ന്റെ പോസ്റ്റ് പ്രൊഡക്ഷൻ ജോലികൾ പുരോഗമിച്ചുകൊണ്ടിരിക്കുകയാണ്. നിലവിൽ തുഞ്ചത്തെഴുത്തച്ഛൻ മലയാളം സർവ്വകലാശാലയിൽ ബിരുദാനന്തര ബിരുദ വിദ്യാർത്ഥിയാണ്.

**ഗോകുൽ രാജ്**

# ആമുഖം

“പുലിക്കഥ വിളമ്പിക്കോളീ” എന്ന് കേട്ടാലുടൻ അച്ഛച്ഛൻ തുടങ്ങുകയായി. മൂന്ന് കണ്ണുകളുള്ള ലോകത്തിലെ ഏറ്റവും സുന്ദരികളുടെ ഇടം മുതൽ ഞങ്ങൾ ജീവിക്കുന്ന അന്നശ്ശേരിയിലെ കോമശ്ശേരി കുന്ന് വരെ നീളുന്ന കഥാപരിസരങ്ങൾ. കുട്ടിക്കാലത്ത് ഒരിക്കലും ആലോചിച്ചെടുക്കാൻ പറ്റാത്ത ദൃശ്യങ്ങളെ മനസ്സിലേക്ക് അറിയാതെ പതിപ്പിക്കുകയായിരുന്നു ആ മനുഷ്യൻ. ഏട്ടനും ഞാനും ഇരുവശങ്ങളിലായി കിടന്ന് ഈ ലോകങ്ങളിൽ വിഹരിച്ചായിരുന്നു വളർന്നത്. ഇപ്പോൾ പുലിക്കഥയുടെ നാളുകൾ എല്ലാം അച്ഛച്ഛന്റെ ഓർമകളിൽ നിന്ന് മാഞ്ഞു പോയിരിക്കുന്നു. പക്ഷെ കഥ കേട്ട് കേട്ട് കഥ പറയുന്നതായി എന്റെ ഏറ്റവും വലിയ ഉന്മാദം.

ഒറ്റപ്പെട്ടവരുടെ ഈ റെയിൽവേ സ്റ്റേഷൻ നിങ്ങൾക്കായി തുറന്നു വെച്ച് ഞാൻ ഇറങ്ങി പോവുന്നതിനു തൊട്ടു മുൻപ്, എന്നെ ഇവിടെ എത്തിച്ച അച്ഛച്ഛനും, ഇടപെടലുകളുടെ അമിത ഭാരം തരാത്ത അമ്മയ്ക്കും അച്ഛനും, ആദ്യമായി പിറന്നാൾ സമ്മാനമായി ഒരു പുസ്തകം തന്ന ഏട്ടനും, എന്നെ സ്വാധീനിച്ച എല്ലാ പച്ചമനുഷ്യർക്കും, പിമോക്കയിലെ എല്ലാ കൂട്ടുകാർക്കും, എന്നും കൂടെയുള്ള കുഞ്ചുവിനും, ഈ പുസ്തകത്തിനു പുറകിൽ എനിക്ക് വേണ്ടി പ്രവർത്തിച്ച ഏറ്റവും പ്രിയപ്പെട്ട രണ്ട് പേരായ അരുവിനും ആതിരയ്ക്കും ഉള്ള സ്നേഹം എനിക്ക് ഏറ്റവും പ്രിയപ്പെട്ടൊരു വാക്കിലൂടെ രേഖപ്പെടുത്തട്ടെ. കഥ!

**ഗോകുൽ**

# കഥകൾ

# ഒറ്റപ്പെട്ടവരുടെ റെയിൽവേസ്റ്റേഷൻ

## ജൂൺ 20, 1998

ലോകത്തിലെ ഏറ്റവും ഏകാന്തമായ ഒരിടം തിരഞ്ഞിറങ്ങിയതാണ് ഞാൻ. ജീവിതം ഒറ്റപ്പെടലിൽ മുക്കിയെടുക്കാൻ വേണ്ടിയാണ് ഈ അന്വേഷണം തുടങ്ങിയത്. ഒരു മരം അതിന്റെ ഇലയെ കൊഴിച്ച് കളയുന്നത്ര നിശബ്ദമായ ദിവസങ്ങൾ. ചെവിവേദനിപ്പിക്കുന്ന നഗര കോലാഹലങ്ങളും, കാർക്കിച്ച തുപ്പുന്ന മനുഷ്യരുടെ മനംമടുപ്പിക്കുന്ന ശബ്ദവും, അനേകം വിയർപ്പുതുള്ളികളുടെ ഗന്ധവും... എല്ലാം മടുത്തിരിക്കുന്നു! ഇന്നലെ രമേശൻ എന്ന ഒരു ഇടനിലക്കാരൻ വഴിയാണ് ഈ വീട് വാങ്ങിയത്. റെയിലിനപ്പുറത്തുള്ള മനുഷ്യരില്ലാത്ത ഒരു പ്രദേശത്ത്, മനുഷ്യരെ കാത്തിരിക്കുന്ന ഒരു കെട്ടിടം. അറിടെ കാലങ്ങളായി തളംകെട്ടി കിടക്കുന്ന നിശബ്ദതയിൽ ഇരുന്നാണ് ഇന്ന് എഴുതുന്നത്. തണുത്ത്,പൂപ്പൽ പിടിച്ച ഈ ശബ്ദമില്ലായ്മയിലേക്ക് നുഴഞ്ഞുകയറുന്നത് ട്രെയിനുകൾ മാത്രമാണ്. മനുഷ്യരുടെ ശബ്ദങ്ങളെ മുഴുവനും വിഴുങ്ങിക്കളഞ്ഞ്, ഉച്ചത്തിൽ പുച്ഛിച്ച് അത് ദിവസവും കടന്നു പോകുന്നു.

## ജൂൺ 22, 1998

ഇന്നലെ ഒന്നും എഴുതാൻ സാധിച്ചില്ല. അയാളാണ് കാരണം. രാവിലെ എഴുന്നേറ്റ് കോലായിൽ ഇരിക്കുമ്പോൾ റെയിലിൽ ഒരാൾ തലവച്ച് കിടക്കുന്നു. ഓടിച്ചെന്ന് അയാളോട് മാറാൻ

ഒച്ചയിട്ടു. കണ്ണിമചിമ്മാതെ ഒരു ഭാവ വ്യത്യാസവും ഇല്ലാതെ അയാൾ ചില വാക്കുകൾ പറഞ്ഞുകൊണ്ടേയിരുന്നു.

"എനിക്ക് ജീവിക്കണ്ട.

എന്റെ എല്ലാം നഷ്ടമായിരിക്കുന്നു...

മരിക്കണം മരിക്കണം..!"

ഒരു വിധത്തിലാണ് അവിടുന്നയാളെ സമാധാനപ്പെടുത്തി പറഞ്ഞയച്ചത്.

## ജൂൺ 24, 1998

ഈ സ്ഥലം ഇതിന്റെ യഥാർത്ഥ സ്വഭാവങ്ങൾ എന്നോട് കാണിച്ചു തുടങ്ങിയിരിക്കുന്നു. ഇന്നലെ ചെറുപ്പക്കാരികളായ രണ്ട് പെൺകുട്ടികൾ. ഒരുമിച്ചു ജീവിക്കാൻ കഴിയാത്തതിനാൽ ഒരുമിച്ച് മരിക്കാൻ തീരുമാനമെടുത്തവർ. ഒരു ദിവസം മുഴുവൻ ഇരുന്ന് സംസാരിച്ചിട്ടാണ് പാളത്തിൽ നിന്നും അവരെ ഒഴിവാക്കിയത്.

ഇന്ന് തെറിച്ചുവീണത് ഒരു കൈയാണ്. പാളത്തിനരികിലാണ് കണ്ടത്. മനസ്സമാധാനം തീർത്തും പോയിരിക്കുന്നു. രമേശനെ വിളിക്കണം.

## ജൂൺ 28, 1998

രമേശനെ വിളിച്ചിട്ട് കിട്ടുന്നതേയില്ല. കുഴപ്പമില്ല. ഇപ്പോൾ അത്തരം പ്രശ്നങ്ങളില്ല. സമാധാനം.

## ജൂലൈ 1, 1998

ഞാൻ സാധിക്കിനൊപ്പം പോവുകയാണ്. ലോകമേ വിട! ഇന്നലെ വൈകുന്നേരം കുനിക്കുടി അയാൾ പാളത്തിലൂടെ നടക്കുകയായിരുന്നു. ദേഷ്യമാണ് വന്നത്. ഓടിച്ചെന്ന് മുഖത്തുനോക്കി അലറി.

"ചാവാനാണെങ്കിൽ വേറെ എവിടെയെങ്കിലും പോയി ചാവെടാ!"

അവൻ എന്നെ നോക്കുക മാത്രം ചെയ്തു. ചാവാനിറങ്ങിയതല്ല. അയാൾ തന്റെ കയ്യിൽ മുറുക്കെപിടിച്ചിരിക്കുന്ന താക്കോലിന്റെ ഇണയെ അന്വേഷിക്കുകയാണ്. അതുകൊണ്ട് മാത്രം തുറക്കാൻ സാധിക്കുന്ന അയാളുടെ പെട്ടി.

ട്രെയിനിൽ സഞ്ചരിക്കുമ്പോൾ ആൾക്കൂട്ടം ചേർന്നാക്രമിച്ച് പുറത്തേക്ക് വലിച്ചിട്ട ഒരോർമ്മ അയാളുടെ തലയിൽ കേറി നിൽക്കുന്നുണ്ട്. അപ്പോഴാണ് നെഞ്ചോട് ചേർത്തുവച്ച പെട്ടി പാളത്തിൽ എവിടെയോ

തെറിച്ചുവീണത്. മുറുകെപിടിച്ചിരിക്കുന്ന താക്കോൽ മാത്രമാണിപ്പോൾ അയാൾക്ക് സ്വന്തമായിട്ടുള്ളത്. അതിന്റെ മേൽവിലാസം അന്വേഷിച്ച് അന്നുമുതൽ പാളങ്ങളിലൂടെ ഉള്ള നടത്തം ആരംഭിച്ചതാണയാൾ.

സാധിക്ക്!

ഇന്ന് രാവിലെ എഴുതാനായി മേശവലി തുറന്നപ്പോൾ അതിലുമുണ്ട് ഒരു താക്കോൽ. ഈ വീട്ടിൽ അതിനു മേൽവിലാസം ഇല്ല. ഈ വീട്ടിലെ ഒന്നും അതുകൊണ്ട് തുറക്കാനാകില്ല. ഞാൻ ഇതിന്റെ ഇണയെത്തേടി ഇറങ്ങുകയാണ്.

ലോകമേ വിട!

# കുടിപ്പക

"നായിന്റെ മോനെ ഇന്ന് ഞാൻ കൊല്ലും!"

ഇത് കേട്ട് ഞെട്ടി, പല്ലിൽ കുടുങ്ങിയ ഇറച്ചിക്കഷണം തോണ്ടുന്നത് നിർത്തി, വറീദ് മാപ്ല റോഡിലേക്ക് ഒന്നേന്തിനോക്കി. ഗേറ്റിനപ്പുറം ഒരു കള്ളിലുങ്കിയുടുത്ത്, കിതക്കുന്ന ശരീരം മുഴുവൻ വിയർപ്പ് ചാലുകൾ ഒലിപ്പിച്ച് പാച്ചുവേട്ടൻ നിൽക്കുന്നു. അയാളുടെ കൃഷ്ണമണികൾ പേടിപ്പെടുത്തുന്ന തരത്തിൽ അനന്തതയിലേക്ക് നോട്ടം ഉറപ്പിച്ചിട്ടുണ്ട്. തലയിലെ കുറ്റി മുടികൾ പതിവിലും കൂർത്തിരിക്കുന്നു.

"എന്താ പാച്ചുവേ പ്രശ്നം?"

വറീദ് മാപ്ല ഗേറ്റിനരികിലേക്ക് വന്നു.

"ഇന്ന് ആ പട്ടീനെ ഞാൻ കൊല്ലും!"

നോട്ടം മാറ്റാതെ പാച്ചുവേട്ടൻ പറഞ്ഞു.

"ഇയ്യ് ആരെ കൊല്ലുന്ന കാര്യാ പറയുന്നേ?"

പാച്ചുവേട്ടന്റെ ഒരു കയ്യിൽ കനമുള്ളൊരു കല്ലുണ്ട്. മറ്റേതിൽ മണ്ണ് പറ്റിപ്പിടിച്ച, ഒഴിഞ്ഞ ഒരു ബിയർ കുപ്പിയും.

"കൊല്ലത്തില് പത്തിരുന്നൂറ്റമ്പത് മുട്ട തരുന്ന കോയിയെയാ ആ മൈതാണ്ടി നായ കൊന്നത്."

വറീദ് മാപ്ലയുടെ ഉള്ളിൽ വളർന്നുകൊണ്ടിരുന്ന ഭയം പെട്ടെന്ന് ഇല്ലാണ്ടായി. അയാൾക്ക് ചെറിയൊരു ചിരിയും വന്നു. പക്ഷേ അതിനെ തഞ്ചത്തിലൊതുക്കി അയാൾ പറയാൻ തുടങ്ങി.

“ആ നായ്ക്കളെ കൊണ്ട് ഭയങ്കര ശല്യായ്ക്ക്ന്ന്. ആ ഹറാംപെറന്നേ റ്റ്ങ്ങള് ഇന്നാള് പ്രകാശേട്ടന്റെ പൂച്ചക്കുട്ട്യേളെ കടിച്ചൂന്ന് പറഞ്ഞിന്. രണ്ടീസം മുന്നേ ഇറയത്ത് കെടന്ന ന്റെ നാലായിരം ഉറുപ്പ്യേന്റെ ഷൂസാ ഹൈറ്റിങ്ങള് കടിച്ച് പറച്ചത്.”

പാച്ചറേട്ടൻ കിതച്ച് നിൽക്കുകയാണ്. നോട്ടം അശേഷം മാറിയിട്ടില്ല.

“ഞാളെല്ലാരും ഹൈറ്റിങ്ങളെ എങ്ങന്യാ ഓടിക്ക്യാന്ന് വിചാരിച്ച് ഇരിക്ക്യേനി. അനക്കാവുമ്പോ ഇമ്മാതിരി പണിയൊക്കെ ചെയ്ത് ശീല ണ്ടല്ലോ. ഞാന്റെടെ ബരാ. മ്മക്ക് നോക്കാ.”

നാവുകൊണ്ട് ആവതു തുഴഞ്ഞിട്ടും അനക്കമില്ലാത്ത ഇറച്ചിക്കഷ്ണ ത്തെ പ്രാകിക്കൊണ്ട് വറീദ് മാപ്ല പറഞ്ഞൊപ്പിച്ചു.

രണ്ടാളും റോഡിലൂടെ നടക്കാൻ തുടങ്ങി. പാച്ചറേട്ടൻ അതിവേഗ ത്തിലാണ് മുന്നിൽ നടക്കുന്നത്. വറീദ് മാപ്ല പാച്ചറേട്ടന്റെ കളികൾ കണ്ട് രസിച്ച് മെല്ലെ പുറകിൽ നടക്കാൻ തുടങ്ങി. പെട്ടെന്ന്, വലതുവ ശത്തെ മേജർ ബാലേട്ടന്റെ പറമ്പിൽനിന്ന് ഒരു കുര കേട്ട് പാച്ചറേട്ടൻ അങ്ങോട്ട് ഓടി. വറീദ് മാപ്ല നടന്ന് എത്തിയപ്പോഴേക്കും നിരാശനായി പാച്ചറേട്ടൻ തിരിച്ചെത്തി. ദേഷ്യം അടക്കാനാവാതെ പല്ലുകൾ ഞെരിച്ച് അയാൾ മുറുമുറുത്തു കൊണ്ടേയിരുന്നു.

“ഇന്നാ നായിനെ ഞാൻ കൊല്ലും. ഏടെ പോയിറ്റായാലും അയ്നെ കഷ്ണം കഷ്ണാക്കി കുയിച്ചിടും. പട്ടി!”

“ഇയ്യൊന്ന് സമാധാനപ്പെട് പാച്ചറേ...മ്മക്ക് അയ്നെ പിടിക്കാ.”

ഇതൊന്നും പാച്ചറേട്ടൻ കേൾക്കുന്നുണ്ടെന്ന് തോന്നുന്നില്ല. വിയർപ്പ് നിർത്താതെ ഒഴുക്കിക്കൊണ്ട് അയാൾ വേട്ട തുടർന്നു. വറീദ് മാപ്ലക്ക് ഈ കാഴ്ച നല്ല ഹരമായിട്ടുണ്ട്. അയാൾ പാച്ചറിന് പിന്നിലായി നടത്തം തുടർന്നു.

പിന്നീട് പലവട്ടം, മതിലിനപ്പുറത്തായി, കോഴിക്കൂടിന്റെ മുകളിലായി, പൂച്ചകളുടെ പേടിച്ച മുരൾച്ചകളായി പലയിടങ്ങളിൽ പ്രത്യക്ഷപ്പെട്ട നായയെ പാച്ചറേട്ടനും വറീദ് മാപ്ലയും മാത്രം കണ്ടില്ല. പാച്ചറേട്ടൻ തോറ്റു കൊടുക്കാതെ ഓടിക്കൊണ്ടിരിക്കുകയാണ്. ചെരുപ്പില്ലാത്ത കാലുകൾ ഇടയ്ക്കിടെ പതറി പോകുന്നുണ്ട്. ഇടയ്ക്കിടെ ഉള്ള ശക്തിയെല്ലാം വലിച്ചെടുത്ത് അയാൾ മന്ത്രിച്ചുകൊണ്ടേയിരുന്നു.

“ഞാനാ മൈത്താണ്ടി നായയെ കൊല്ലും.”

വറീദ് മാപ്ലക്ക് തിരച്ചിൽ മടുത്തു. വൈകുന്നേരത്തെ ചായ കടിക്കാൻ പറ്റാത്തതിനാൽ ആ പ്രമേഹരോഗി കൂടുതൽ തളർന്നു പോയിരുന്നു.

“എടോ പാച്ചറേ, ഇനി ഇയ്യ് തെരയ്. ഞാൻ പൊരക്ക് പോട്ടെ. ബല്ലാത്ത ക്ഷീണം.”

വറീദ് മാപ്ല ഇതും പറഞ്ഞ് തിരിഞ്ഞു നടന്നു. പാച്ചറേട്ടൻ ഒരു നിമിഷം തിരച്ചിൽ നിർത്തി വറീത് മാപ്ലയെ നോക്കി.

അയാൾ ഒരു ഭ്രാന്തൻ നായയുടെ മുരൾച്ചയോടെ ഓടിച്ചെന്ന് കയ്യിലെ കല്ലുകൊണ്ട് വറീദ് മാപ്ലയുടെ തല തല്ലിപ്പൊളിച്ചു. നിലത്തു വീണ് പിടയുന്ന ശരീരത്തെ തിളങ്ങുന്ന പച്ച കണ്ണുകളോടെ അയാൾ നോക്കി. കയ്യിലെ കുപ്പി കൊണ്ട് ആ പിടയുന്ന തലയെ അനേകം കഷണങ്ങളാക്കി പിളർത്തി. നിലത്ത് ചിതറിവീണ വറീത് മാപ്ലയുടെ തലച്ചോർ മുഴുവൻ നക്കിതുടച്ച് പാച്ചറേട്ടൻ നാലുകാലിൽ ഓടിപ്പോയി.

# മുകളിലേക്കൊരു വേര്

വലിയ മുഖമുള്ള ഭീകരമായ ലോറികൾ ചുറ്റിലും മുരണ്ട് ഭയപ്പെടുത്തുന്ന സ്വപ്നം കണ്ടാണ് പതിവിലും നേരത്തെ ഞെട്ടി എഴുന്നേറ്റത്. ഉറക്കം നിന്നെങ്കിലും സ്വപ്നത്തിലെ ലോറികളുടെ ശബ്ദം നിലയ്ക്കാതെ തുടരുന്നുണ്ട്. എന്താണ് സംഭവിക്കുന്നതെന്ന് ഒരു നിമിഷം മനസ്സിലായില്ല. കോലായിലേക്ക് ഓടിച്ചെന്നപ്പോൾ സ്വപ്നത്തിലെ ലോറികൾ വീടിനു മുകളിലെ മലയിലേക്ക് നിരനിരയായി പാഞ്ഞുപോകുന്നതും അതേ വേഗത്തിൽ മണ്ണിനെ മറ്റൊരിടത്തേക്ക് കടത്തിക്കൊണ്ടുപോകുന്നതുമാണ് കണ്ടത്.

സെമസ്റ്റർ ബ്രേക്ക് ഇനിയും നീളാൻ സാധ്യതയുണ്ട്. അധ്യാപകരുടെ ശമ്പള വർദ്ധനവിനായി കോളേജിൽ സമരം നടക്കുകയാണ്. ചായകുടിച്ച് കോലായിലെ പടിയിൽ പത്രം വായിക്കാൻ ഇരുന്നപ്പോഴാണ് ശ്രദ്ധിച്ചത്, അച്ഛച്ചൻ അവിടെ ചാരുകസേരയിൽ റോഡിലേക്ക് കണ്ണുംനട്ട് കിടപ്പാണ്. മൂപ്പര് മാഷായിരുന്ന കാലത്ത് 71 രൂപയായിരുന്നു ശമ്പളം എന്ന് കേട്ടിട്ടുണ്ട്. 4 രൂപ കൂട്ടി അത് 75 ആക്കാൻ വേണ്ടി അന്ന് അധ്യാപകരെല്ലാം സമരം നടത്തിയ കഥ ഒരിക്കൽ അച്ഛച്ചൻ പറഞ്ഞതായി ഓർക്കുന്നുണ്ട്. ലോറികൾ മണ്ണിനെ വഹിക്കുന്നതിനോടൊപ്പം ചുറ്റിലും അതിനെ പരത്തുന്നുമുണ്ട്. മണ്ണ് ഇവിടം വിട്ട് പോകാതിരിക്കാൻ പ്രതിഷേധിക്കുന്നത് പോലെ അന്തരീക്ഷത്തിൽ പടർന്നു കയറുന്നു.

“അച്ഛച്ചാ ചായ കുടിച്ചോ?”

ഒന്നും മിണ്ടുന്നില്ല. നോട്ടം റോഡിലേക്ക് തന്നെയാണ്. ആ ചിന്തകൾ ഇപ്പോൾ എവിടെയാണെന്ന് എനിക്ക് ഊഹിക്കാൻ സാധിക്കും.

അന്ന് ഞാൻ എട്ടാം ക്ലാസിലാണ്. ഇന്നത്തെപോലെ ലോറി അലർച്ചകൾ സമൃദ്ധമായ പ്രഭാതം. ഞാൻ എന്റെ ബാഗ് കിറ്റും എടുത്ത് സ്കൂൾ ബസ് വരുന്നിടത്തേക്ക് നടക്കുകയായിരുന്നു.അപ്പോഴാണ് ആ കാഴ്ച കണ്ടത്. നെഞ്ചൊന്നു പാളി. മണ്ണ് കയറ്റാൻ വന്ന ലോറിക്ക് മുൻപിൽ അച്ഛച്ചൻ, അന്നത്തെ എഴുപത്തെട്ടുകാരൻ, ഒരു അടി അനങ്ങാതെ അങ്ങനെ നിൽപ്പാണ്.

"നീയൊക്കെ എന്റെ ശവത്തീക്കൂടയേ ഈ മലയീന്ന് ഒരു തരി മണ്ണ് കൊണ്ടോവുള്ളു."

ഒരു തരിയനങ്ങാതെ നിവർന്നു നിൽക്കുന്ന ആ മനുഷ്യനു മുന്നിൽ ലോറിഡ്രൈവർ ഒന്ന് ഭയന്നു.

ഓർമ്മകളെ തട്ടിത്തെറിപ്പിച്ച് വീണ്ടും ഒരു ലോറി താഴോട്ട് പാഞ്ഞു. വീടിനുള്ളിൽ അച്ഛൻ ആരോടൊക്കെയോ ഫോണിൽ സംസാരിക്കുന്നുണ്ട്.

"ആർക്കു വേണ്ടിയാ ഷാജ്യേ ഈ മണ്ണ് അടിക്കുന്നെ?"

ഫോണിനപ്പുറത്തെ ശബ്ദം കുറച്ചുനേരം മൂളിക്കേട്ടതിനുശേഷം അച്ഛൻ ആരോടെന്നില്ലാതെ പറഞ്ഞു.

"അമ്പലത്തിലോട്ടാ, പുന പ്രതിഷ്ഠ ചെയ്ത മൂർത്തിയുടെ ചുറ്റമ്പലത്തിന് മതില് കെട്ടാനാ."

അന്നത്തെ അച്ഛച്ചനെ പോലെ റോഡിലേക്ക് ഇറങ്ങി ചെന്ന് ലോറി തടയണമെന്ന ആഗ്രഹം എന്റെ ഉള്ളിൽ ഇരച്ചുപൊന്തി. പക്ഷേ പറ്റുന്നില്ല. പതറി പോകുന്നു. ഞാൻ അനങ്ങാതിരുന്നു.

അടുത്ത ലോറി മുകളിലോട്ട് പോയപ്പോൾ അച്ഛച്ചൻ മെല്ലെ എഴുന്നേറ്റ് ഉള്ളിലോട്ടു പോയി. ഇത് തടഞ്ഞേ പറ്റൂ. പക്ഷേ പറ്റുന്നില്ല.

ഞാനും ഏട്ടനും കുഞ്ഞായിരുന്ന സമയത്ത് ദിവസവും രാത്രി, ഭക്ഷണത്തിനു ശേഷം അച്ഛച്ചന്റെ മുറിയിൽ പോയി ഇരുഭാഗങ്ങളിലായി കിടപ്പുറപ്പിക്കും. എന്നിട്ട് പറയും,

"ഒരു പുലിക്കഥ വിളമ്പി അച്ഛച്ചാ."

ഒരു നിമിഷത്തെ ആലോചനയ്ക്ക് ശേഷം കഥയുടെ വാതില് തുറക്കും. എല്ലാ കഥയിലും മുകളിലെ കോമശ്ശേരിക്കുന്നും അവിടുള്ള പറങ്കിമാവിൻ തോട്ടവും ഉണ്ടാവും. ചില ദിവസങ്ങളിൽ അത് മൂന്ന് കണ്ണുള്ള ജീവികളുടെ അത്ഭുത ലോകത്തോളം പറന്നു പോകുമ്പോൾ, മറ്റു ദിവസങ്ങളിൽ കഥ മണ്ണോളം താഴ്ന്നു മനുഷ്യരുടെ കൂടെയെത്തും.വിഷയം എന്തായാലും ഞങ്ങൾക്കത് പുലിക്കഥയാണ്. എല്ലാ ദിവസവും വെവ്വേറെ കഥകൾ.

എല്ലാം ഈ ഒരൊറ്റ മനുഷ്യൻ നിമിഷങ്ങൾകൊണ്ട് കെട്ടി ചമയ്ക്കുന്നത്. കാൽപ്പനികത കുറച്ചധികം ഉണരുന്ന ദിവസങ്ങളിൽ പൊള്ളുന്ന വിശപ്പിന്റെ അനുഭവങ്ങൾ പറയും, ശ്രീനാരായണ ഗുരു എന്ന നാണുവിന്റെ കഥ പറയും.

ഈയടുത്തായി അച്ഛച്ചൻ സംസാരിക്കുന്നത് വളരെ കുറഞ്ഞിരിക്കുന്നു. ദിവസങ്ങൾ കഴിയും തോറും നടക്കാനും, ഇരിക്കാനും, സംസാരിക്കാനും ഭയക്കുന്നതുപോലെ.

“ആൾക്കാരെ വെറുപ്പിക്കാണ്ടിരിക്കാൻ ഓര് റോഡിൽ വെള്ളം പാറ്റ്ണ്ട്.”

അച്ഛമ്മ അടുക്കളയിൽ നിന്ന് വിളിച്ച് പറഞ്ഞു. ഞാനും അകത്തേക്ക് പോയി ഇരുന്നു. അച്ഛച്ചൻ ചാരുകസേരയിൽ കിടന്ന് ചിന്തിക്കുകയാണ്. ഞാൻ നോക്കുന്നത് അറിയുന്നേയില്ല. പെട്ടെന്ന് കൈപൊക്കി സ്വന്തം തലയിൽ വച്ച് അച്ഛച്ചൻ എന്തോ പരതി.

“എന്താ അച്ഛച്ചാ?”

“എടാ എന്റെ തലയ്ക്കുള്ളിൽ നിന്ന് എന്തോ പുറത്തു വന്നിട്ടുണ്ട്. ഒന്ന് വന്നു നോക്ക്.”

“തലേന്റെ പൊർത്ത് വരാനോ?”, ഞാൻ ചിരിച്ചുപോയി.

ഒരു ഭാവ വ്യത്യാസവും ഇല്ലാതെ, പണ്ടാ ലോറിക്കാരനോട് പറഞ്ഞ അതേ കനത്തിൽ അച്ഛച്ചൻ വിളിച്ചു,

“വന്ന് നോക്ക്!”

ഇരുന്നിടത്തുനിന്ന് അറിയാതെ എഴുന്നേറ്റുപോയി. അച്ഛച്ചന്റെ തിളങ്ങുന്ന കഷണ്ടിയിൽ കണ്ണുടുപ്പിച്ചു. ഞെട്ടി പുറകിലേക്കോടിപ്പോയി.

ശരിയാണ്, തലയുടെ ഒത്തനടുക്ക് ഒരു പറങ്കിമാവിൻ തൈ പൊട്ടി മുളച്ചിട്ടുണ്ട്.ഞാൻ അത് വീണ്ടും നോക്കാനായി മുന്നോട്ടാഞ്ഞു. കൈനീട്ടി നുള്ളിയെറിയാൻ തുടങ്ങി.

“വേണ്ട! തൊട്ടുപോകരുത്!”

അച്ഛച്ചൻ കൈച്ചുണ്ടി വിലക്കി.

തീർത്തും തളർന്ന്, ഞാൻ കോലായിലേക്ക് തിരികെ നടന്നു.

# വിശുദ്ധ ഹന്ന

## ഒന്ന്

"പിതാവിന്റെയും പുത്രന്റെയും പരിശുദ്ധാത്മാവിന്റെയും നാമത്തിൽ ആമേൻ."

"അത്യുന്നതങ്ങളിൽ ദൈവത്തിനു സ്തുതി ഭൂമിയിൽ മനുഷ്യർക്ക് സമാധാനം."

പള്ളിയിലെ ഉച്ചത്തിലുള്ള ഞായറാഴ്ച കുർബാനക്കിടയിൽ സ്റ്റെല്ല ഹന്നയുടെ ചെവിയിൽ പതുക്കെ ചോദിച്ചു,

"എന്നിട്ട് നീ അവനോട് എന്നാ പറഞ്ഞു?"

"പറ്റൂലാന്ന്."

"അതെന്നതാടീ പോയേക്കാർന്നില്ലേ? നല്ല രസമായിരിക്കത്തില്ലേ്യാ."

"ഓ! അത് ശെരിയാവത്തില്ലെടീ സ്റ്റെല്ലേച്ച്യേ. അവന്റെ ഉള്ളിലിരുപ്പ് എനിക്കറിയാ. കറക്കം എല്ലാം കഴിഞ്ഞ് ഫ്രണ്ടിന്റെ ഫ്ലാറ്റിലേക്ക് കൊണ്ടുപോകാനാ അവന്റെ പ്ലാൻ."

"ശ്ശോ! ഈ പെണ്ണ് നശിപ്പിച്ചു..."

കുർബാന അവരുടെ ശബ്ദങ്ങളെ ഭേദിച്ച് ഏറെ ഉച്ചത്തിൽ,

"ഞങ്ങളെ പ്രലോഭനങ്ങളിൽ ഉൾപ്പെടുത്തരുതേ...ദുഷ്ടരൂപിയിൽ നിന്നും ഞങ്ങളെ രക്ഷിക്കേണമേ... ആമേൻ!"

കുർബാനയ്ക്കുശേഷം സ്റ്റെല്ല ഹന്നയെ നേരെ പള്ളിക്ക് പുറകിലുള്ള

ജോണി മാഷിന്റെ പറമ്പിലോട്ട് കൊണ്ടുപോയി. അവരുടെ സ്ഥിരം സ്ഥലമായ ബട്ടർഫ്രൂട്ട് മരത്തിനു ചുവട്ടിലെത്തിയപ്പോൾ സ്റ്റെല്ല അവളുടെ പരിഭവക്കെട്ടഴിച്ചു,

"നീ എന്നാ പണിയാ കൊച്ചേ കാണിച്ചേ. ഇതെല്ലാമൊരു ഇതല്ലേ. ആരറിയാനാ."

"അതൊന്നും ശരിയാകത്തില്ല സ്റ്റെല്ലേച്ച്യേ."

"അതോണ്ടെന്നതാന്നേ. രാവിലെ പോയേച്ചും ഇരുട്ടുമ്പോഴേക്കും ഇങ്ങെത്തണം. അത്രയല്ലേയുള്ളു. നല്ലൊരവസരമാ നീ കൊണ്ടുക ളഞ്ഞേ. എന്നിട്ടിപ്പോ എന്തായി? ചെറുക്കൻ നിന്നെ വേണ്ടാന്നും പറഞ്ഞേച്ച് പോയില്ലേ."

"അത് പോട്ടെ. പഠിക്കുന്ന കാലത്ത് ഉണ്ടായിരുന്ന ചെറിയ പ്രേമ മല്ലേ. അല്ലെങ്കിലും കല്യാണത്തിനു ശേഷമുള്ള ബന്ധങ്ങൾ മാത്രമേ പരിപാവനമായിട്ടുള്ളതുള്ളു എന്ന് കഴിഞ്ഞ ആഴ്ച്ചത്തെ സൺഡേ ക്ലാസ്സിൽ പറഞ്ഞായിരുന്നല്ലോ."

കാർമേഘങ്ങൾ ഉരുണ്ടുകൂടിയത് കണ്ട് സ്റ്റെല്ലയൊന്ന് മുകളിലോട്ട് നോക്കി. എന്നിട്ട്, മുന്നോട്ടാഞ്ഞ് അവൾ പറഞ്ഞു,

"എന്റെയൊക്കെ സൺഡേ ക്ലാസിലെ സാറ് പറഞ്ഞത് ഇതു നല്ല സുഖം തരുന്ന കാര്യാന്നാ. എന്നിട്ട് ഒരു ദിവസം അങ്ങേരുടെ മൊബൈലിൽ കുറച്ചു സാധനങ്ങൾ കാണിച്ചു തന്നല്ലോ. നാണംകൊണ്ട് തലതാഴ്ത്തി പോയെങ്കിലും, ഞാൻ ഒരു വെട്ടം പോലെ കണ്ടാർന്നു."

ഹന്നയുടെ ഉള്ളിലേക്ക് ഒരു കള്ളച്ചിരി എറിഞ്ഞുകൊടുത്ത് സ്റ്റെല്ല ഓടിപ്പോയി. എന്നിട്ട് ഉച്ചത്തിൽ വിളിച്ചു പറഞ്ഞു,

"പെണ്ണേ, വീട്ടിലേക്ക് പൊക്കോ നല്ല മഴക്കോളുണ്ട്."

## രണ്ട്

എൽഇഡി ലൈറ്റിനാൽ അനാവൃതമായ കർത്താവിന്റെ രൂപത്തിന് മുൻപിൽ ഹന്ന നിർവികാരയായി ഇരിപ്പാണ്.

"എടീ പെണ്ണേ മഴ വരുന്നത് കണ്ടില്ലേ? അയേലേല് ഉണങ്ങാനിട്ട തുണി എല്ലാം പോയെടുക്ക്."

മറിയാമ്മച്ചേടത്തി തൊണ്ടകീറി.

തുണികൾ എല്ലാം എടുത്ത്, കിടക്കയിലേക്കെറിഞ്ഞ് ഹന്ന വീണ്ടും ചിന്തകളിലേക്ക് എടുത്തുചാടി.

തന്നേക്കാൾ രണ്ടു വയസ്സിനു മൂപ്പേ സ്റ്റെല്ലക്കുള്ളു. എന്നാലും എന്ത്

സ്നേഹമാണവൾക്ക്. ഒരേ സ്കൂളിൽ ആയിരുന്നെങ്കിലും, സ്റ്റെല്ലേച്ചി പത്താംക്ലാസിൽ പഠിപ്പ നിർത്തി. ചങ്ങനാശ്ശേരി ടൗണിലെ തുണിക്കടയിൽ നിൽക്കുന്ന ഒരു ഹിന്ദു ചെറുക്കനുമായി പ്രേമത്തിലായിരുന്നു. വീട്ടുകാർ എല്ലാം ചേർന്ന് അതങ്ങ് മുടക്കി. സ്റ്റെല്ലേച്ചിയാണെങ്കിൽ ജീവിതത്തിൽ ഇനി മറ്റാരെയും കെട്ടില്ലാന്നും പറഞ്ഞ് വർഷങ്ങളായി ഒറ്റ നിൽപ്പാണ്. ടൗണിലെ ഒരു മെഡിക്കൽ ഷോപ്പിൽ മരുന്ന് എടുത്തു കൊടുക്കാൻ പോകുണ്ട്. മുപ്പത്ത്യാരുടെ അല്ലറചില്ലറ ചുറ്റിക്കളിയൊക്കെ ഹന്ന പിടിച്ചിട്ടുണ്ട്.

"എടീ ഇന്നാണ് അവര് നിന്നെ കാണാൻ വര്വ. അഞ്ചുമണിയാവൂന്നാ പറഞ്ഞേ. നീ അന്നേരം നല്ലൊരു സാരിയൊക്കെ ചുറ്റി മെനയായി നിന്നോണം."

ഇത് കേട്ടതു മുതൽ ഹന്നക്ക് ഇരിപ്പുറച്ചിട്ടില്ല. പേടികൊണ്ട് വയറു വേദനിച്ച് എത്രവട്ടമാണ് കക്കൂസിൽ പോയത്. കല്യാണം വേണ്ട എന്ന തോന്നൽ. ഉള്ളിൽ എവിടെനിന്നോ ഭയം പൊന്തിവരുന്നു. പക്ഷേ അതെല്ലാമൊന്ന് അനുഭവിക്കാൻ നല്ല ആഗ്രഹവുമുണ്ട്. അവൾ പിന്നാമ്പുറത്തേക്ക് ഓടിച്ചെന്ന് പറഞ്ഞു.

"അമ്മച്ചീ, എനിക്ക് കെട്ടണ്ട."

ഇനി എന്താണ് പറയുക എന്നറിയാതെ കണ്ണിനെ നനവ് പറ്റിയ മണ്ണിലേക്കാഴ്ത്തി.

"നീ മിണ്ടാതിരുന്നോണം. അപ്പന്റെ മരിപ്പിന് ശേഷം നീയൊരുത്തിയെ വളർത്തി പഠിപ്പിച്ച് ഇത്രയാക്കിയതിന്റെ ദണ്ണം എനിക്കേ അറിയൂ. നിന്നെ കെട്ടിച്ചിട്ട് വേണം എനിക്കൊന്ന് നടു നിവർത്താൻ. കോൺവെന്റിലെ ഹെൽപ്പറായി ചേർന്നോളാൻ അച്ചൻ പറഞ്ഞാരുന്നു."

ഹന്ന നിരാശയിൽ പുറത്തേക്കോടി. അവറാച്ചന്റെ റബ്ബർ തോട്ടത്തിലൂടെയുള്ള കുറുക്കുവഴിയിലൂടെ സ്റ്റെല്ലയുടെ വീട്ടുപടിക്കൽ എത്തി. ഞായറാഴ്ച ആയിരുന്നതിനാൽ സ്റ്റെല്ല ആർക്കോ കൊടുക്കാൻ വേണ്ടി തുണിയിൽ പൂവ് തുന്നിയെടുക്കുകയായിരുന്നു.

"നീയൊന്നു വന്നേന്നും പറഞ്ഞ് ഹന്ന സ്റ്റെല്ലയുടെ കൈയും പിടിച്ച് അവറാച്ചന്റെ തോട്ടത്തിലേക്ക് നടന്നു. സ്റ്റെല്ലയുടെ പൂവ് വിടരാതെ തണ്ടിൽ കുടുങ്ങി താഴെവീണു.

"എടീ, സ്റ്റെല്ലേച്ച്യേ എനിക്ക് വീട്ടിൽ കല്യാണം ആലോചിക്കുന്നെടിയേ..."

ഹന്നയുടെ കിതപ്പ് അപ്പോഴും നാവിൽ തട്ടിത്തടയുന്നുണ്ട്.

“അതിനെന്നതാ കൊച്ചേ കുഴപ്പം നല്ലതല്ലയോ?”

“ഇന്നു വൈകിട്ട് എന്നെ കാണാൻ ഒരു കൂട്ടര് വരുന്നുണ്ടെടീ. അത് ഉറപ്പിക്കുന്ന മട്ടാണ് അമ്മേച്ചിക്ക്.”

അവറാച്ചന്റെ റബ്ബർ മരങ്ങൾ ശ്രദ്ധയോടെ അവളെ കേട്ടിരിക്കുന്നുണ്ട്. ഒരു കാറ്റ് പോലും അവർക്കിടയിൽ വന്നില്ല.

“കൊച്ചേ നിനക്കിപ്പോ പ്രേമം ഒന്നുല്ലല്ലോ. പഠിപ്പും കഴിഞ്ഞ്. ഇനി കെട്ടണം പെറണം. അത്രയേ ഉള്ളൂ.”

“അതല്ലെടീ!”

പിന്നെ ഹന്ന ഒന്നും മിണ്ടിയില്ല.

“പിന്നെന്താ കൊച്ചേ നിന്റെ പ്രശ്നം?” സ്റ്റെല്ല ദേഷ്യപ്പെട്ടു.

“എനിക്ക് പേടിയാ...” ഹന്ന അവറാച്ചന്റെ പറമ്പിലെ നനഞ്ഞ മണ്ണിലേക്ക് കണ്ണാഴ്ത്തി പതുക്കെ പറഞ്ഞു.

“പേടിക്കാൻ ഇതെന്നതാടീ നിന്നെ കൊല്ലാൻ കൊണ്ടുപോവാണോ.”

ഹന്നക്ക് അസ്വസ്ഥത കൂടുക മാത്രമാണ് ചെയ്യുന്നതെന്ന് മനസ്സിലായപ്പോൾ സ്റ്റെല്ല അവളുടെ അരികിലേക്ക് വന്നു ചോദിച്ചു.

“എന്നതാടീ നിന്റെ പ്രശ്നം?”

ഹന്ന ചുറ്റിലും നോക്കി. എന്നിട്ട് പതുക്കെ സ്റ്റെല്ലയുടെ അരികിലേക്ക് നീങ്ങിനിന്ന് പറഞ്ഞു,

“എന്റെ സ്റ്റെല്ലേച്ച്യേ, എനിക്ക് പേടിയാ! എന്റെ വയറ്റിനടിയില്, കാലിനിടയില് ആണൊരുത്തന്റെ സാധനം കയറാനുള്ള വലുപ്പം ഉണ്ടോന്ന്. അത് ചെറുതാന്നെ.”

സ്റ്റെല്ല ആദ്യമൊന്ന് ചിരിച്ചു പോയെങ്കിലും, ഹന്നയുടെ മുഖം കണ്ട് ചിരി കളഞ്ഞ് അവളെ ഒന്നു മുഴുവനായി നോക്കി.

“എടീ കൊച്ചേ, ഇത് മിക്ക പെൺപിള്ളാർക്കുമുള്ള അങ്കലാപ്പാ. എനിക്കും ഉണ്ടാരുന്നു. പിന്നെ അതൊക്കെയങ്ങ് ശരിയാവുമെന്നേ.”

സ്റ്റെല്ലേച്ചി തന്റെ കുമ്പസാരക്കൂടാണ് എന്നുകണ്ട് ഹന്ന കൂടുതൽ ഒഴുക്കിൽ പറഞ്ഞു,

“എനിക്ക് വയ്യെടീ വേദന സഹിക്കാൻ. ചോരയൊക്കെ വരത്തില്ല്യോ.”

“എടീ കൊച്ചേ, അതൊരു ചെറിയ വേദനയെ ഉണ്ടാവത്തുള്ളൂ. നീയൊന്ന് ഇറുക്കി കണ്ണടച്ചാൽ അതങ്ങ് തീരും. പിന്നെ ചോര, അത്

നീ വിശുദ്ധയാണെങ്കിൽ വരും. ആണോടീ?”

“ഒന്ന പോ സ്റ്റെല്ലേച്ച്യേ. ഇവിടെ മനുഷ്യൻ പേടിച്ച് രാവിലെ മുതൽ കക്കൂസിലാ. അപ്പോഴാ നിങ്ങടെ തമാശ. എനിക്കുറപ്പാ അവിടെ വലിപ്പമില്ല.”

“എന്റെ കൊച്ചേ, ഇതൊക്കെ താനെയങ്ങ് ശരിയാവുംന്നേ. നീ ധൈര്യമായി ചെന്ന് കെട്ട്.”

“എനിക്ക് ആലോചിക്കാൻ കൂടി വയ്യ സ്റ്റെല്ലേച്ച്യേ.”

“നീ പേടിക്കത്തേ വേണ്ട. അവൻ തന്നെ എല്ലാമങ്ങ് ചെയ്തോളും. നീ വേദന അറിയാതിരിക്കാൻ ഇറുക്കി ഒന്ന് കണ്ണടച്ചേച്ചും കിടന്നാ മതി.”

ഇതും പറഞ്ഞ് സ്റ്റെല്ല പൊട്ടിച്ചിരിച്ചു. ഹന്ന ചെറുതായൊന്ന് അവളെ നോക്കി ചിരിച്ചു. സ്റ്റെല്ല അവളെ കെട്ടിപ്പിടിച്ചു. എന്നിട്ട് പറഞ്ഞു,

“ധൈര്യമായിരിക്ക്. ഞാൻ പോയി ബാക്കി തുന്നട്ടെ. അടുത്ത മഴയ്ക്ക് മുന്നേ വീടെത്താൻ നോക്ക്.”

സ്റ്റെല്ല തന്റെ സ്ഥിരം ഓർമ്മപ്പെടുത്തലിന് ശേഷം അവറാച്ചന്റെ തോട്ടത്തിനോട് വിടപറഞ്ഞു. ഹന്നയുടെ ഭയം ചെറുതായൊന്നു കുറഞ്ഞെങ്കിലും, വീട്ടിൽ പോയി സ്വയം ഒന്ന് പരിശോധിച്ചപ്പോൾ വീണ്ടും വയറുവേദനയും നെഞ്ചിടിപ്പും കൂടി.

## മൂന്ന്

വൈകീട്ട് കൃത്യം അഞ്ചുമണിക്ക് ചെറുക്കനും കൂട്ടരും എത്തി. ഹന്ന നാരങ്ങാവെള്ളം കൊടുത്തതിനുശേഷം, എന്ത് ചെയ്യണമെന്നറിയാതെ അമ്മച്ചിക്ക് പുറകിലായി പോയിനിന്നു. ഉള്ളിലെ ഭയം പുറത്തറിയാതിരിക്കാൻ കടും ചുവപ്പുനിറമുള്ള ഷാളുകൊണ്ട് അവൾ നെഞ്ചുമൂടിയിട്ടിരുന്നു. നീല ചുരിദാറാണ് വേഷം. സാരി ചുറ്റാത്തതിലുള്ള അമ്മച്ചിയുടെ പ്രതിഷേധം പുറമേക്ക് വരാതെ അവർ സൂക്ഷിച്ചു. ഹന്നയുടെ വകയിലെ അപ്പാപ്പനും, ചെറുക്കന്റെ കാരണവന്മാരും കാര്യങ്ങൾ ഉറപ്പിച്ചു. ചെറുക്കന്റെ വീട്ടിൽ വെച്ചുള്ള മനസ്സമ്മതവും രണ്ട് ദിവസത്തിനു ശേഷമുള്ള കെട്ടും അങ്ങനെ തീരുമാനിക്കപ്പെട്ടു. ഇതിനിടയിൽ ഹന്ന കേട്ടത് ഇത്രമാത്രമാണ്.

“ഹന്നാ, മിശിഹായുടെ നിയമവും, തിരുസഭയുടെ കല്പനയുമനുസരിച്ച് ഈ നിൽക്കുന്ന മെൽവിനെ നിന്റെ ഭർത്താവായി സ്വീകരിക്കാൻ തയ്യാറാണോ?”

അമ്മച്ചിയുടെ മുഖത്തേക്കൊന്നു നോക്കി.

"സ്വീകരിക്കുന്നു."

## നാല്

ഉള്ള് നിറച്ചും ഭയമാണ്. അവസാനം മെൽവിന്റെ കിടപ്പറയിലെത്തും വരെയുള്ള ദിവസങ്ങളിൽ എത്രയോവട്ടം അവൾ സ്വയം പരിശോധിച്ചിട്ടുണ്ട്. പേടിച്ച് വയറുവേദന വന്ന് എത്രയോവട്ടം കക്കൂസിൽ പോയിട്ടുണ്ട്. ഈ രാത്രി എങ്ങനെയായിരിക്കും എന്നറിയില്ല. ഭയം തലയ്ക്ക് മുകളിൽ തളംകെട്ടി നിൽക്കുന്നു. മെൽവിന്റെ മുഖം ശരിക്ക് ശ്രദ്ധിച്ചത് തന്നെ ഇപ്പോഴാണ്. താടിയും മീശയും മുളക്കാത്ത, കുഞ്ഞുങ്ങളുടെ മുഖമുള്ള ഒരു പയ്യൻ. മുറിയിലേക്ക് കയറി വന്ന് അയാൾ ഹന്നയെ നോക്കി ചിരിച്ചു. ഹന്ന ചിരിച്ചോ? അറിയില്ല!

"ഹന്നയോടൊന്ന് മര്യാദയ്ക്ക് സംസാരിക്കാൻ പോലും ഇതുവരെ കഴിഞ്ഞിട്ടില്ല. അതെങ്ങനാ, ഇയാള് മുഖത്തേക്ക് നോക്കില്ലാലോ."

ഹന്ന ഒന്നു മൂളുക മാത്രം ചെയ്തു. ഏതു നിമിഷവും തന്റെ ദേഹത്ത് അയാൾ സ്പർശിച്ചേക്കാം. മെൽവിൻ അടുത്തടുത്ത് വരുന്നുണ്ട്. എന്താണ് ചെയ്യുക? പെട്ടെന്ന് ഹന്ന അയാളുടെ കൈവലയത്തിനുള്ളിലായി. സ്റ്റെല്ലേച്ചി കെട്ടിപ്പിടിക്കുമ്പോൾ ഇത്ര ഭാരം അനുഭവിക്കാറില്ല. ഹന്നയുടെ നെഞ്ചിലും വയറിലും മിന്നൽ വെട്ടുന്നുണ്ട്. മെൽവിന്റെ ചുണ്ടുകളും കൈകളും തടസ്സമില്ലാതെ എവിടേക്കൊക്കെയോ സഞ്ചരിക്കുന്നുണ്ട്. രണ്ടും കൽപ്പിച്ച് ഹന്ന സ്റ്റെല്ലയുടെ വാക്കുകൾ ഓർത്തു.

"അവൻ തന്നെ എല്ലാമങ്ങ് ചെയ്തോളും. നീ വേദനയറിയാണ്ടിരിക്കാൻ ഇറുക്കിയൊന്ന് കണ്ണടച്ചേച്ചാ മതി."

അപ്പോഴേക്കും മെൽവിൻ കിതച്ചുകൊണ്ട് ഹന്നയുടെ അടിവസ്ത്രം ഊരിയെടുക്കുന്നുണ്ടായിരുന്നു.

ചുവന്ന ഇരുട്ട്!

# പ്രാണിബലി

വീട്ടിൽ എപ്പോഴും വരാറുള്ള മാധവ്യേടത്തിയെ കാണാതെ അമ്മ അന്വേഷിക്കാൻ പറഞ്ഞപ്പോഴാണ് ഞാനറിയുന്നത്, മാധവ്യേടത്തിക്ക് വിഷാദമാണ്. എന്റെ കുട്ടിക്കാലം എപ്പോഴും മാധവ്യേടത്തിയുടെയും ഗോപാലേട്ടന്റെയും ജീവിത പരിസരവുമായി ചുറ്റിപ്പിണഞ്ഞു കിടക്കുന്നതാണ്. തന്റെ മുപ്പതാം വയസ്സിൽ ഭർത്താവായ നാരായണൻ വൈദ്യരുമായി പിരിഞ്ഞ്, മൂപ്പരോടുള്ള പ്രതിഷേധം വിളിച്ചുപറഞ്ഞ് അയാളുടെ വീടിന്റെ തൊട്ടപ്പുറത്തുതന്നെ വീടുണ്ടാക്കിയാണ് മാധവ്യേടത്തിയും അവരുടെ സഹോദരൻ ഗോപാലേട്ടനും താമസിച്ചത്. നാരായണൻ വൈദ്യരും ഗോപാലേട്ടനുമെല്ലാം മരിച്ചുപോയി. എഴുപത് കഴിഞ്ഞ, നടു കുറച്ചൊന്നു വളഞ്ഞുപോയ മാധവ്യേടത്തി ആ വീട്ടിൽ ഒറ്റയ്ക്കായി.

എന്നെ ഇപ്പോഴും അത്ഭുതപ്പെടുത്താറുള്ളത് ഇതൊന്നുമല്ല. ഈ വയസ്സിലും പല്ലില്ലാത്ത മോണയൊന്ന് കോട്ടിവെച്ച് മാധവ്യേടത്തി പുസ്തകങ്ങൾ വായിക്കും. ഞങ്ങളുടെ നാട്ടിൽ പുസ്തകങ്ങൾ വായിക്കുന്ന മനുഷ്യർ കുറവായതിനാൽ നല്ലൊരു ലൈബ്രറി ഉണ്ടായിരുന്നില്ല. പിന്നെ അംഗനവാടിയിൽ ഏതോ ഒരു വർഷം കുറച്ച് ഫണ്ട് പാസ്സായതിന്റെ പേരിൽ, ശവകുടീരംപോലെ കുറച്ചു പുസ്തകങ്ങൾ ഒരു അലമാരയിലുണ്ട്. മാധവ്യേടത്തി അതെല്ലാം വായിച്ചു തീർത്തിട്ടുണ്ട്. ചന്തുമേനോന്റെ ഇന്ദുലേഖ മുതലിങ്ങോട്ട് ഏറ്റവും പുതിയ എഴുത്തുകാരുടെ പുസ്തകങ്ങൾ വരെ ഏടത്തി വായിച്ചിട്ടുണ്ട്.

വെള്ള മുണ്ടും ബ്ലൗസും മാത്രമുടുത്ത്, ഒരു കാൽ വേച്ച് വേച്ചാണ് അവർ വീട്ടിലേക്ക് വരാറുള്ളത്. എന്റെ വീട്ടിൽ വന്നാൽ രണ്ട്

കാര്യങ്ങളാണ്. ഒന്ന്, അമ്മ വീട്ടിലുണ്ടാക്കിയ കറികൾ മാധവ്യേടത്തിക്ക് കൊടുക്കും. രണ്ട്, ഞാൻ വായിച്ച തീർത്ത പുസ്തകങ്ങൾ മാധവ്യേടത്തിക്ക് വായിക്കാൻ കൊടുക്കും.

അങ്ങനെ കഴിഞ്ഞ ദിവസം കുറച്ച പുസ്തകങ്ങൾ കൊണ്ടുപോയതിനുശേഷം അവരെ കണ്ടിട്ടില്ല.

ഒരു കാര്യം പറയട്ടെ, ഇത് എന്റെ അവസാനത്തെ എഴുത്താവാം. അതുകൊണ്ട് കാര്യങ്ങളെല്ലാം വ്യക്തമാക്കി അവസാനിപ്പിക്കണം.

ഇനി കാര്യത്തിലേക്ക് വരാം. ഞാൻ പോയി നോക്കിയ സമയത്ത് മാധവ്യേടത്തി നിശബ്ദമായി ഒരു മൂലയിൽ കണ്ണുതുറന്ന ഇരിക്കുന്നതാണ് കണ്ടത്. കയ്യിൽ ഒരു പത്രമുണ്ടായിരുന്നു. നിലത്ത് നിറയെ പുസ്തകങ്ങൾ ചിതറിക്കിടക്കുന്നു. കണ്ടാലറിയാം കുളിച്ചിട്ട് കുറേ ദിവസമായി.

നാട്ടിലെ ചിലർ ചേർന്ന് ആശുപത്രിയിലെത്തിച്ചപ്പോഴാണ് മനസ്സിലായത്, വിഷാദം!

നാട്ടിലെ അപൂർവ്വം ചില വായനക്കാരിൽ മറ്റൊരാൾ റിട്ടയേർഡ് അധ്യാപകൻ പത്മനാഭൻ മാഷാണ്. മാഷിനും വിഷാദമാണത്രെ! കഴിഞ്ഞ ദിവസം വീട് തുടക്കാൻ വരുന്ന പ്രേമിയേച്ചി പറഞ്ഞതാണ്.

അടുത്തതായി വിഷാദം വന്നത് പഞ്ചായത്ത് മെമ്പർ ആയിരുന്ന സജീവേട്ടനാണ്. നാട്ടിൽ കുറച്ച വായനാശീലം ഉള്ളവരിലാണ് വിഷാദരോഗം പടരുന്നതെന്ന വസ്തുത എന്നിൽ ചെറുതല്ലാത്ത ഭയം ഉണ്ടാക്കി.എന്റെ വീട്ടുകാർ നിർബന്ധിച്ച് വായന നിർത്തിപ്പിച്ചു. പുസ്തകങ്ങൾ അലമാരയിൽ അടച്ചുപൂട്ടി വെച്ചു. അതോടെ എനിക്കൊന്നും വായിക്കാനില്ലാതെയായി. മെല്ലെമെല്ലെ എനിക്കൊന്നും ചെയ്യാൻ താൽപ്പര്യമില്ലാതായി. വിഷാദം എന്നെയും കീഴടക്കിയിരിക്കുന്നു. ഇത് എഴുതുന്നത് പോലും ഈ സംഭവങ്ങൾക്ക് ഒരുപാട് ദിവസങ്ങൾക്കിപ്പുറമാണ്. ഒരുപക്ഷേ മാസങ്ങൾ.

ഈ അവസാനത്തെ എഴുത്ത് എഴുതാനുള്ള കാരണത്തിലേക്ക് വരാം. കുറേ ദിവസമായി കുളിക്കാതെയിരുന്നപ്പോൾ എന്റെ തലയിലാകെ പേൻ നിറഞ്ഞു. തലയാകെ പേനരിച്ച് ചൊറിയാൻ തുടങ്ങി. ചൊറിച്ചിൽ എന്നെ ഭ്രാന്ത് പിടിപ്പിച്ചപ്പോൾ മേശയിലിരുന്ന ചീർപ്പെടുത്ത് ഞാൻ ചീവാൻ തുടങ്ങി. നിലത്താകെ പേൻമഴ. മങ്ങിയ വെളുത്ത ടൈൽസ് നിറയെ കറുത്ത പുള്ളിക്കുത്തുകൾ. ഞാൻ ഓരോന്നിനെയും എന്റെ തള്ള വിരലിലെ നഖം കൊണ്ടമർത്തി കൊന്നു.

റ്റിപ്പ്! ഒരോ പൊടി ചോരയും. ഹാവൂ... എന്തൊരാശ്വാസം. ഒരോ പേൻ കൊലപാതകം കഴിയുന്തോറും എന്റെ ഉള്ളിൽ ആശ്വാസം

പടരുന്നതായി എനിക്ക് തോന്നി. പിന്നീടുള്ള ദിവസങ്ങളിൽ തലയിൽ പേൻ നിറയുവാനുള്ള കാത്തിരിപ്പായിരുന്നു.

പേനിനെ ഞെക്കി കൊല്ലുക എന്നതാണ് ലോകത്തിൽ ഏറ്റവും ഉന്മാദം തരുന്ന കാര്യം!

ഞാൻ കുറച്ചു മുൻപ് തലയിൽ നിന്ന് കുറെ പേനുകളെ ചീകി താഴെയിട്ടു. എന്നിട്ട് അതിനെയെല്ലാം വാരിയെടുത്ത് നേരെ മാധവേട്ടത്തിയുടെ വീട്ടിൽ ചെന്നു. കോലായിൽ കിടന്നുറങ്ങിയിരുന്ന അവരുടെ തലയിൽ കുറച്ച് പേൻ ഇട്ടുകൊടുത്തു. ഇപ്പോൾ, എന്റെ നാട്ടിൽ വിഷാദത്തിനടിമകളായ എല്ലാവരുടെയും തലയിൽ പേനുകൾ നിക്ഷേപിച്ചാണ് ഞാൻ വന്നിരിക്കുന്നത്.

ദേ...ഈ പേപ്പറിന് ഒത്ത നടുവിലൂടെ തലയിൽനിന്ന് കൊഴിഞ്ഞുവീണൊരു പേൻ ഇഴഞ്ഞു പോകുന്നത് കാണുന്നില്ലേ?

ഞാൻ ഒന്നുകൂടെ ഓർമ്മിപ്പിക്കുന്നു. എഴുത്തും വായനയും ഞാൻ നിർത്തുന്നു. ഇവൻ രക്ഷപ്പെടുന്നതിന് മുൻപ് നല്ലവണ്ണം ഒന്ന് ഞെക്കി കൊല്ലണം.

വായിൽ വെള്ളം വരുന്നുണ്ട്.

റ്റിപ്പ്!

# ലോകോത്തര കമ്പനി

ഏറെനാളായി പരിചയമുള്ള ഒരു സ്ഥലത്ത് എത്തിപ്പെട്ടത് പോലെയാണ് മുകുന്ദൻ അവിടെ ഇരുന്നത്. രണ്ടു കാലുകളും വിറപ്പിച്ചുകൊണ്ട് കറുത്ത കോട്ടിട്ട് ഈ മുറിയിലിരിക്കുന്ന വ്യക്തിയുടെ പേരാണ് മുകുന്ദൻ. ഇന്റർവ്യൂവിന്റെ അവസാനഘട്ടത്തിൽ എത്തി നിൽക്കുന്നതിന്റെ ആകാംക്ഷ മുഴുവനായും അയാളുടെ മുഖത്തുണ്ട്. ഇനി ഫിനിഷിങ് പോയിന്റിന്റെ നേർരേഖ മാത്രം. അതൊരു ഫോട്ടോ ഫിനിഷിനു വിട്ടുകൊടുക്കാതെ മറികടന്നേ പറ്റൂ. അപ്പുറത്ത് അയാളെ കാത്തുകിടക്കുന്നത് ഒരു പക്ഷേ ലോകത്തിൽ വച്ച് തന്നെ ഏറ്റവും കൂടുതൽ മാസശമ്പളം കിട്ടുന്ന, ബോണസുകളുള്ള, അലവൻസുകളുള്ള ഒരു വമ്പൻ ജോലിയാണ്. സ്വപ്നതുല്യം എന്ന വിശേഷണത്തിന് ഏറ്റവും അർഹമായ നിമിഷങ്ങൾ. ലോകത്ത് എവിടെയോ ഒരു വലിയ പട്ടണത്തിലെ ഒത്തനടുക്ക് സ്ഥിതിചെയ്യുന്ന ഈ കെട്ടിടത്തിൽ ഇത്രയും ദൂരം താണ്ടി എങ്ങനെ എത്തി എന്ന് പോലും മുകുന്ദന് പിടികിട്ടുന്നുണ്ടായിരുന്നില്ല. ആരെങ്കിലുമൊരാൾ ഒരു കപ്പ് ചായ തന്നിരുന്നെങ്കിൽ...

വെള്ള വെളിച്ചവും കറുത്ത സോഫകളും, ചില്ലു കൂടാരങ്ങളുമാണ് ഇവിടെ നിറയെ. കഴിഞ്ഞ റൗണ്ടിൽ ക്വാളിഫൈ ആയതിനെ തുടർന്ന് ഇനിയൊരു അറിയിപ്പ് ഉണ്ടാകും വരെ ഇവിടെ ഇരുന്നാൽ മതിയെന്ന് പറഞ്ഞ് എങ്ങോട്ടോ പോയി മറഞ്ഞിരിക്കുകയാണ് ക്ലിയോപാട്ര. അവളുടെ ശരിക്കുള്ള പേര് എന്താണെന്ന് അറിയില്ല. കണ്ടാൽ ക്ലിയോപാട്രയുടെ ശില്പത്തോട് സാമ്യമുള്ള മുഖമാണ്. അവസാനത്തെ ഫറോവൻ അധികാരി! നീ ഈ മുകുന്ദന്റെ നല്ല നേരം വിളിച്ചോതാൻ പിറന്നതാണോ? ചുറ്റിലും നിറഞ്ഞുനിന്ന വിശാലമായ ഏകാന്തതയെ

തീർത്തും അവഗണിച്ചുകൊണ്ട് ഒരു അനൗൺസ്മെന്റ് അവിടെ മുഴങ്ങി. അന്യമായ ഭാഷയിലുള്ള അതിന്റെ പരിഭാഷ ഇവിടെ രേഖപ്പെടുത്തുന്നു.

“അവസാനത്തെ ടെസ്റ്റിലേക്ക് തിരഞ്ഞെടുക്കപ്പെട്ട എല്ലാ ഉദ്യോഗാർത്ഥികളും ഉടൻ തന്നെ മൂന്നാമത്തെ നിലയിലെ കോൺഫറൻസ് ഹാളിലേക്ക് എത്തിച്ചേരേണ്ടതാണ്.”

ശേഷം ചെവി തുളയ്ക്കുന്ന ഒരു സൈറൺ മുഴങ്ങി. ആ നിമിഷം തന്നെ കുഞ്ഞിന്റെ മുഖം ഉള്ള ഒരുത്തൻ അവിടെ പ്രത്യക്ഷപ്പെട്ടു. പിൻതുടരുവാൻ ആവശ്യപ്പെട്ട് അവൻ മുന്നിൽ നടന്നു. നടന്നെത്തിയത് ഒരു വലിയ ഹാളിലാണ്. ഒരു പ്രൊജക്ടറും വെള്ള ബോർഡും അതിനുമുന്നിൽ കുറച്ച് കറുത്ത കസേരകളും. താനാണ് അവസാനം എത്തിയിരിക്കുന്നത് എന്ന് മനസ്സിലാക്കിയ മുകുന്ദൻ ചുറ്റിലും ഒന്ന് കണ്ണോടിക്കുമ്പോഴേക്കും നീണ്ട വെളുത്ത ചെമ്പൻ താടിയുള്ള ഒരു മനുഷ്യൻ അവിടെ പ്രത്യക്ഷപ്പെട്ടു.

“നിങ്ങൾക്കെല്ലാവർക്കും ആദ്യമേ അഭിനന്ദനങ്ങൾ. ലോകത്തിലെ ഏറ്റവും മികച്ച തൊഴിലവസരമാണ് നിങ്ങളെ കാത്തിരിക്കുന്നത്. കമ്പനിയുടെ ഇന്റർനാഷണൽ മാർക്കറ്റ് നിങ്ങൾക്ക് അറിയാമല്ലോ. അതിനാൽ തന്നെ കമ്പനിയ്ക്ക് ആവശ്യം മികച്ചവരിൽ മികച്ചവനായ ഒരൊറ്റ ആളെയാണ്. അതുകൊണ്ടുതന്നെയാണ് ഇത്രയും പരീക്ഷകൾ നിങ്ങൾക്ക് നേരിടേണ്ടി വരുന്നതും. നമുക്ക് കാര്യത്തിലേക്ക് വരാം. നമ്മുടെ ഇന്റർവ്യൂവിൽ മൂന്ന് ഘട്ടങ്ങൾ ആയിരുന്നു ഉണ്ടായിരുന്നത്. വിവിധ രാജ്യങ്ങളിൽ നിന്ന് ഷോർട്ട് ലിസ്റ്റ് ചെയ്യപ്പെട്ട്, സ്ക്രീനിങ്ങുകൾ കഴിഞ്ഞ്, ത്രീ ലെവൽ എൻട്രൻസ് ടെസ്റ്റ് കഴിഞ്ഞെത്തിയ അഞ്ച് പേരാണ് നിങ്ങൾ. അതിനാൽ തന്നെ നിങ്ങളെല്ലാവരും വിജയികളാണ്. പക്ഷേ ഞാൻ പറഞ്ഞല്ലോ, കമ്പനിക്ക് ആവശ്യം ഒരൊറ്റയാളെ മാത്രമാണ്. ബാക്കി കാര്യങ്ങൾ കമ്പനിയുടെ അടുത്ത മാനേജർ പറയും.”

തനിക്കു ചുറ്റും നാലു പേർ മാത്രമേ ഉള്ളൂ എന്ന് മുകുന്ദന് അപ്പോഴാണ് മനസ്സിലായത്. കടന്നു വന്നപ്പോൾ ഒരുപാടുപേർ ഉള്ളതുപോലെ തോന്നി. വെളുത്ത കോട്ടിട്ട അടുത്ത മനുഷ്യൻ തുടർന്നു,

“നിങ്ങൾക്ക് മുന്നിൽ ഒരേയൊരു ചോദ്യം മാത്രമാണുള്ളത്. നിങ്ങൾക്ക് 3 മണിക്കൂർ ഉണ്ട്. ഈ മൂന്ന് മണിക്കൂറിൽ ആ ചോദ്യത്തിന് ഏറ്റവും കൺവിൻസിംഗ് ആയ ഉത്തരം നൽകുന്ന ആളായിരിക്കും നിയമിതനാവുക. നിങ്ങളുടെ ഉത്തരങ്ങൾ പരിശോധിക്കാൻ ഞങ്ങൾ രണ്ടുപേരും ഇവിടെ ഉണ്ടാകും.”

ക്ലിയോപാട്ര ചോദ്യം വായിക്കാൻ മുന്നോട്ടുവന്നു.

“ഈ കമ്പനിയെ ഇല്ലാതാക്കുന്നതിന് ഏറ്റവും എളുപ്പവും പ്രായോഗികവും ശക്തവുമായ ഒരു പ്ലാൻ തയ്യാറാക്കുക. മാർത്ത, സജ, എസിയോ, മുകുന്ദൻ, സോക്രട്ടീൻ നിങ്ങളുടെ സമയം ഇവിടെ തുടങ്ങുകയാണ്.”

എല്ലാവരും തങ്ങൾക്ക് കിട്ടിയ ടാബ്ലെറ്റിൽ എന്തൊക്കെയോ എഴുതാൻ തുടങ്ങി. മുകുന്ദൻ അപ്പോഴാണ് തന്റെ ഒപ്പം മത്സരിക്കുന്ന പോരാളികളെ ശ്രദ്ധിക്കുന്നത്. മാർത്ത സുന്ദരിയാണ്. പക്ഷേ എന്തുവിലകൊടുത്തും ഈ ജോലി സ്വന്തമാക്കിയേ പറ്റൂ.കൃത്യം നീണ്ട മൂന്ന് മണിക്കൂറുകൾക്കു ശേഷം ചെവി തുളയ്ക്കുന്ന സൈറൺ മുഴങ്ങി. എല്ലാവരുടെയും കയ്യിലെ ടാബ്ലറ്റുകൾ ലോക്കായി.

ക്ലിയോപാട്ര മുന്നിൽ വന്ന് ഓരോ പേരുകൾ വിളിക്കാൻ തുടങ്ങി.

“മാർത്ത”

മാർത്ത തന്റെ ഉത്തരം വായിക്കാൻ തുടങ്ങി.

“എല്ലാ കമ്പനി ബ്രാഞ്ചുകളും ബോംബ് വച്ച് പൊട്ടിച്ച് നശിപ്പിച്ചുകളയുക. സിഇഒമാരെ കൊന്നുകളയുക.”

സജ: “കമ്പനിയുടെ എല്ലാ സാമ്പത്തിക സ്രോതസ്സും നശിപ്പിച്ച് സാമ്പത്തികമായി കമ്പനിയെ തകർക്കുക. അല്ലെങ്കിൽ കമ്പനിയിൽ കയറിപ്പറ്റി എല്ലാ വിവരങ്ങളും ചോർത്തി കമ്പനിയെ നശിപ്പിക്കുക.”

എസിയോ: “കമ്പനിയുടെ സിസ്റ്റം ഹാക്ക് ചെയ്യുക. എന്നിട്ട് എല്ലാ ഇടപാടുകളും താറുമാറാക്കുക.”

അതുവരെ മിണ്ടാതെ എല്ലാം കേട്ടിരുന്ന രണ്ട് മാനേജർമാരിൽ വെള്ള കോട്ടിട്ടയാൾ ദേഷ്യത്തിൽ എഴുന്നേറ്റ് പറഞ്ഞു,

“നിങ്ങൾ ഉന്നയിച്ച എല്ലാ പ്ലാനുകളും മറികടക്കാൻ ഞങ്ങളുടെ കയ്യിൽ വഴികളുണ്ട്. ഇതൊന്നും അല്ല ഞങ്ങൾക്ക് ആവശ്യം. കമ്പനിയെ ബോംബിട്ടു നശിപ്പിച്ചാൽ കമ്പനി മറ്റൊരിടത്ത് തുടങ്ങാം, സാമ്പത്തികമായി തകർത്താൽ കടംവാങ്ങിയെങ്കിൽ കൂടി കമ്പനിക്ക് പുനരാരംഭിക്കാം, ഇനി മൊത്തം പണിക്കാരെയും സി.ഇ.ഓ.മാരെയും കൊന്നാലും കമ്പനി അപ്പോഴും അവിടെ നിലനിൽക്കുന്നു. കമ്പനിക്ക് അനന്തമായ അവകാശികൾ ഉണ്ട്. പുതിയ പണിക്കാരെ എടുക്കുകയും ചെയ്യാം. ഹ! ഇതൊന്നുമല്ലാത്ത ഉത്തരമാണ് ഇനി വരുന്നവർക്ക് പറയാനുള്ളത് എങ്കിൽ മാത്രം ഇവിടെ വന്ന് അവതരിപ്പിക്കാം.”

അയാൾ വെള്ളക്കോട്ട് കുടഞ്ഞതിന്റെ മുഴക്കം ആ ഹാളിൽ തങ്ങി നിന്നു.

“മുകുന്ദൻ, സോക്രട്ടീൻ, നിങ്ങൾ ഉത്തരങ്ങൾ പറയുന്നുണ്ടോ?”

ക്ലിയോപാട്ര ചോദിച്ചു.

ഇതുവരെ കേട്ട ഉത്തരം അല്ല തന്റേതെന്ന ആത്മവിശ്വാസത്തിൽ മുകുന്ദൻ ഉത്തരം അവതരിപ്പിച്ചു.

“ഈ കമ്പനിയുടെ ജോലിക്കാരൻ എന്ന നിലയ്ക്ക് ഞാൻ ഒരിക്കലും ഈ കമ്പനിയുടെ നാശത്തെക്കുറിച്ച് ചിന്തിക്കാൻ പാടില്ല. മറിച്ച് ഈ കമ്പനിയെ എങ്ങനെ വളർത്താം എന്നതാവണം എന്റെ ചിന്ത. അതിനുവേണ്ടി എന്റെ കയ്യിൽ നൂറിലധികം പ്ലാനുകൾ ഉണ്ട്. പക്ഷേ ഇതിനു മാത്രം ഇല്ല.”

രണ്ടു മാനേജർമാരും പെട്ടെന്ന് തമ്മിൽ എന്തൊക്കെയോ ചർച്ച ചെയ്തു, അടുത്തതായി സോക്രട്ടീനെ വിളിച്ചു. മുകുന്ദൻ തിരികെ തന്റെ സീറ്റിലേക്ക് പോകുമ്പോഴാണ് സോക്രട്ടീനിനെ ശ്രദ്ധിക്കുന്നത്. കുറ്റിത്താടികളും മങ്ങിയ ഷർട്ടും പാന്റും ഇട്ട്, നടു വളഞ്ഞ അയാൾ ആ രംഗത്ത് ഒട്ടും അനുയോജ്യനായി തോന്നിയില്ല. സോക്രട്ടീൻ എഴുന്നേറ്റ് വന്ന് തന്റെ ഉത്തരം ശാന്തമായി പറയുവാൻ തുടങ്ങി.

“ഈ കമ്പനിയെ നശിപ്പിക്കുക എന്നത് ഒരുപരിധിവരെ അസാധ്യമായ കാര്യമാണ്.. കാരണം യഥാർത്ഥത്തിൽ ഇങ്ങനെയൊന്ന് സ്ഥിതി ചെയ്യുന്നില്ല.”

ഒരു നിമിഷം അവിടെയുള്ളവരെല്ലാം സ്തംഭിച്ചു നിന്നു പോയി. അയാൾ തുടർന്നു.

“ഈ കമ്പനി അതിന്റെ സൃഷ്ടികളുടെയും, ഇവിടെ പണി ചെയ്യുന്ന അനേകം പേരുടെയും, സമൂഹത്തിന്റെയും സങ്കല്പങ്ങളിലാണ് സ്ഥിതി ചെയ്യുന്നത്. ഇങ്ങനെയൊന്ന് ഉണ്ടെന്നും, ഇവിടെയുള്ള ജോലിക്കാർക്കായി കമ്പനി നിലകൊള്ളുന്നു എന്നുമുള്ള വിശ്വാസമാണ് ഇത്രയും മനുഷ്യരെ കമ്പനിക്ക് സ്വന്തമായി നൽകിയത്. ഇനി കമ്പനിയെ നശിപ്പിക്കണമെങ്കിൽ, കമ്പനി എന്ന സങ്കൽപ്പത്തെ മാത്രം നശിപ്പിച്ചാൽ മതി.”

ഇത്രയും പറഞ്ഞതിനുശേഷം തലതാഴ്ത്തി അയാൾ സ്വന്തം ഇരിപ്പിടത്തിലേക്ക് പോയി ഇരുന്നു.

ഉത്തരം തീർന്ന ഉടനെ ക്ലിയോപാട്ര മാനേജർമാരുടെ ചെവിയിൽ എന്തോ പറഞ്ഞു. എന്നിട്ട് മുന്നോട്ടുവന്ന്, ഫലം പ്രഖ്യാപിക്കാൻ മാനേജർമാരെ ക്ഷണിച്ചു മാനേജർമാരിൽ ഒരാൾ പറഞ്ഞു തുടങ്ങി.

“ഈ കമ്പനിക്ക് ആവശ്യം മുകുന്ദനെ പോലെയുള്ള ആത്മാർത്ഥതയുള്ള ചെറുപ്പക്കാരെയാണ്. അതിനാൽ കമ്പനി മുകുന്ദനെ തിരഞ്ഞെടുത്തിരിക്കുന്നു.”

അത്രയൊന്നും അത്ഭുതപ്പെടാതെ, അഭിമാനത്തോടെ മുകുന്ദൻ അവരുടെ അടുത്തേക്ക് നടന്നു. രണ്ട് മാനേജർമാരും മുകുന്ദന് ഹസ്തദാനം നൽകി പരിചയപ്പെട്ടു.

"ഞാൻ മുഹമ്മദ്."

"ഞാൻ മിശിഹാ."

ഏറ്റവുമൊടുവിൽ ക്ലിയോപാട്രയും അയാൾക്ക് ഹസ്തദാനം നൽകി.

മിശിഹായും മുഹമ്മദും മുകുന്ദനും ക്ലിയോപാട്രയും നിരന്ന് നിന്ന് എല്ലാവർക്കും ഒരു നീണ്ട ചിരി നൽകി. സോക്രട്ടീനിന്റെ തല അപ്പോഴും താഴ്ന്നുതന്നെയായിരുന്നു.

ചെവി തുളയ്ക്കുന്ന സൈറൺ മുഴങ്ങുവാൻ തുടങ്ങി!

# ശവമടക്ക്കളി

ഉറക്കമില്ലാതായിരിക്കുന്നു. വല്ലാത്തൊരു കുഴപ്പത്തിലാണ് ഞാൻ പെട്ടിരിക്കുന്നത്. ഞാനും ഭാര്യയും ചേർന്ന് കുടുംബത്തിന്റെ ഐശ്വര്യത്തിന് വേണ്ടി ഒരു ജോത്സ്യനെ കൊണ്ട് പ്രശ്നം വെപ്പിച്ചിരുന്നു. കണ്ണടച്ച് ഏറെനേരത്തെ ധ്യാനത്തിനു ശേഷം ജോത്സ്യൻ വിധി പ്രസ്താവിച്ചു.

"നിങ്ങൾ ജീവിതത്തിൽ പങ്കെടുത്ത ഏതോ ഒരു ശേഷക്രിയ തെറ്റിച്ചു ചെയ്തതിനാൽ ആ ആത്മാവ് കോപിഷ്ഠനാണ്. അതിനാലാണ് കുടുംബത്തിന്റെ ഉയർച്ച മന്ദഗതിയിലാവുന്നത്."

ദക്ഷിണ കൊടുത്ത് അദ്ദേഹത്തെ പറഞ്ഞയച്ചതിന്ശേഷം മുറിയിലിരുന്ന് ഞാനും ഭാര്യയും ഇരുത്തി ചിന്തിച്ചു. ജീവിതത്തിൽ ആകെ ചെയ്ത ശേഷക്രിയ അച്ഛന്റെതാണ്. പക്ഷേ അച്ഛൻ സന്തുഷ്ടനാണ് എന്നാണ് ജ്യോത്സ്യൻ പറയുന്നത്. പിന്നെ ആരാണ്? ഒരു പിടിയും കിട്ടുന്നില്ല.

അടുത്തദിവസം കുട്ടികൾ മുറ്റത്ത് മണ്ണുവാരി കളിക്കുന്നത് കണ്ടപ്പോഴാണ് ആ രംഗം ഓർമ്മകളിലേക്ക് കടന്നുവന്നത്. കുട്ടിക്കാലത്ത് വീടിനപ്പുറത്തുള്ള പ്രഭാകരൻ മാഷിന്റെ ബിലുമ്പി മരത്തിനു ചുവട്ടിൽ ഞങ്ങൾ ഗംഭീരമായി നടത്തിയ ശവസംസ്കാര ചടങ്ങ്!

അതൊരു വേനലവധിക്കാലമായിരുന്നു. തലപ്പന്ത് കളിക്കുന്നതിനിടയിൽ മാഷിന്റെ ഭാര്യ നാണിയേടത്തിയാണ് അടുക്കളപ്പുറത്ത് ഒരു എലി ചത്തു കിടക്കുന്നത് ഞങ്ങൾക്ക് കാണിച്ചു തന്നത്. മാഷിന്റെ മകൾ മിട്ടുവും രണ്ട് വീട് അപ്പുറമുള്ള ഹരിതയും നവനീതും ഞാനും ചേർന്ന് അതിനെ ഒരു മരപ്പലകയിലേക്ക് തട്ടിയിട്ടു. നവനീതും ഞാനും

ശവമഞ്ചമേന്തി നടന്നു.മിട്ടുവും ഹരിതയും തേങ്ങിക്കരയുന്നത് പോലെ അഭിനയിക്കാൻ തുടങ്ങി. മിട്ടുവിന്റെ കരച്ചിലിന്റെ തോത് ശ്വാസമെടുക്കുന്നതിനനുസരിച്ച് കൂടിയും കുറഞ്ഞുമിരുന്നു. ബിലുമ്പി പുളിയുടെ ചുവട്ടിൽ സൂക്ഷിച്ച് ശവമഞ്ചം ഇറക്കിവെച്ചു. മിട്ടു കരച്ചിൽ നിർത്തി, ഓടിപ്പോയി കുറേ ഇലകളും പൂക്കളും പറിച്ചു കൊണ്ടുവന്നു. നവനീത് അപ്പോഴേക്കും കുഴി ശരിയാക്കുകയായിരുന്നു. അന്നേ കാര്യങ്ങൾക്ക് മേൽനോട്ടം വഹിക്കാൻ ഞാൻ മിടുക്കനായിരുന്നു. എല്ലാം എന്റെ നിയന്ത്രണത്തിലാക്കാൻ കളികളിൽ എപ്പോഴും ഞാനെന്നെ നായകനായി സ്വയം പ്രഖ്യാപിച്ചിരുന്നു. ഇതിന്റെ പേരിൽ പലവട്ടം മിട്ടുവിനോട് തർക്കിച്ചിട്ടുണ്ട്. എന്നെക്കാൾ ഒന്നോരണ്ടോ വയസ്സിന് മൂത്തതാണ് അവൾ.

കുഴിയുടെ ആഴം മതിയായില്ല എന്ന് പറഞ്ഞ്, നവനീതിനെക്കൊണ്ട് വീണ്ടും ആഴത്തിൽ കുഴിപ്പിച്ചു. ഹരിത അവിടെയിരുന്ന പലതരം ഇലകൾ ചേർത്തുവെച്ച് ഒരു കുഞ്ഞു റീത്ത് ഉണ്ടാക്കി എന്റെ മുന്നിലേക്ക് നീട്ടി. ഞാനത് വാങ്ങിയപ്പോൾ ഹരിതയും മിട്ടുവും എലിയെ കുഴിയിലേക്ക് ഇടാനൊരുങ്ങി. പെട്ടെന്ന് ഞാനും നവനീതും അവരെ തടഞ്ഞു.

“പെണ്ണ്ങ്ങളേ.. ഇതൊന്നും ചെയ്യരുത്.”

കാര്യങ്ങൾ മനസ്സിലാക്കിയ പോലെ അവർ ശോകഭാവത്തിൽ മാറിനിന്നു. ഞാനും നവനീതും കുറച്ചൊരു അധികാരത്തോടെ എലിയെ കുഴിയിലേക്കിട്ടു. എന്നിട്ട് ഹരിതയോടും മിട്ടുവിനോടും കുറച്ച് മണ്ണുവാരി കുഴിയിലേക്കിടാൻ പറഞ്ഞു.

മണ്ണ് മുഴുവനായി മൂടി കൂനയാക്കിയത് നവനീതായിരുന്നു. മണ്ണിടിൽ കഴിയാൻ കാത്തിരുന്നത് പോലെ ഹരിത ചാടിക്കയറി അതിനുമുകളിൽ റീത്ത് വച്ചു. പെട്ടെന്നാണ് എനിക്കൊരു സിനിമയിലെ രംഗം ഓർമ്മ വന്നത്. അതുകൂടി ആയാൽ നല്ല രസമായിരിക്കും. എനിക്ക് പ്രധാനിയാവാൻ കിട്ടിയ ഒരു അവസരം കൂടിയാണ്.

അതിന് ഒരു കുടം വേണം. എന്നിട്ട് അതിൽ വെള്ളം നിറച്ച് ഇതിന് ചുറ്റിലും നടക്കണം. ചുറ്റിലും നോക്കിയിട്ട് കുടമൊന്നും കാണുന്നില്ല. ഏറ്റവുമൊടുവിൽ പൊട്ടിക്കേണ്ടത് ആയതുകൊണ്ട് ആരോടും ചോദിക്കാനും വയ്യ. അതുകൊണ്ട് തൽക്കാലം ഒരു പാട്ടയിൽ വെള്ളം നിറച്ച് മൺകൂനയ്ക്ക് ചുറ്റിലും നടക്കാൻ തീരുമാനിച്ചു. നടന്നു തീർത്ത് ആ വെള്ളം ചുറ്റും തളിച്ചു. പോരാത്തതിന് അത് പ്രസാദമായി എല്ലാവർക്കും കുടിക്കാനും കൊടുത്തു. അവസാനം ഒരു ചന്തത്തിന് നവനീത് രണ്ടു ചുള്ളിക്കമ്പ് കൊണ്ടൊരു കുരിശും ഉണ്ടാക്കി തലയ്ക്കൽ നാട്ടിവച്ചു. എല്ലാവരും ചേർന്ന് ചുറ്റിലും പൂക്കൾ വിതറി കളി അവസാനിപ്പിച്ചു.

ഭാര്യ 11 മണിയുടെ ചായയുമായി വന്നപ്പോഴാണ് ഓർമ്മകളിൽ നിന്നും തിരികെയെത്തിയത്. അന്ന് രാത്രി ഉറങ്ങാൻ കിടക്കുമ്പോഴും ആ ശവകുടീരമൊരു ഭയമായി എന്നിൽ വളർന്നുകൊണ്ടിരുന്നു. അന്ന് കളിക്കായിരുന്നെങ്കിലും ഞാൻ നേതൃത്വം നൽകിയത് ഒരു ശവസംസ്കാര ചടങ്ങിനായിരുന്നില്ലേ? ഇടയ്ക്കെപ്പോഴോ കിട്ടിയ ഉറക്കത്തിലും ആ ശവകുടീരവും, കെണിയിൽ വീണ ഒരു എലിയും, അതിൽ നിന്നും രക്ഷപ്പെടാൻ നോക്കുന്ന ഞാനുമെല്ലാം കടന്നുവന്നു.

"എലിയുടെ ആത്മാവേ, എന്നോട് പൊറുക്കേണമേ."

എഴുന്നേറ്റു നോക്കുമ്പോൾ സമയം രണ്ടു മണി. ഭാര്യയെ ഉണർത്താതെ ഞാൻ മെല്ലെ പൂജാമുറിയിൽ നിന്നും ഒരു തിരിയും തീപ്പെട്ടിയും എടുത്തു. അടുക്കളയിൽ ചെന്ന് ചോറിന്റെ ചെമ്പിൽ നിന്നും ബാക്കിയായ കുറച്ചു വറ്റുകൾ കൈപിടിയിൽ എടുത്തു. വീടിന്റെ മുൻവാതിൽ തുറന്ന് ഗേറ്റും കടന്ന് മതിലുകളില്ലാത്ത പ്രഭാകരൻ മാഷിന്റെ തൊടിയിലേക്ക് നടന്നുകയറി. ഫോണിന്റെ ടോർച്ച് ലൈറ്റ് ഉപയോഗിച്ച് ബിലുമ്പി മരത്തിന് ചുവട്ടിൽ അന്ന് തീർത്ത ശവകുടീരത്തിന്റെ സ്ഥാനം ഏകദേശം നിശ്ചയിച്ചു. ആദ്യം കയ്യിലെ തിരി കത്തിച്ചു. ഒരു കല്ലെടുത്ത് വെച്ച് അതിനു മുകളിൽ വെച്ചു. തൊടിയിലെ ഒരു പുല്ലുപറിച്ച് മോതിരവിരലിൽ അണിഞ്ഞ്, എലിയുടെ രൂപത്തെ മനസ്സിൽ ധ്യാനിക്കാൻ തുടങ്ങി. വർഷത്തിലൊരിക്കൽ അച്ഛനിടുന്ന ബലി കർമ്മങ്ങളുടെ ഓർമ്മയിൽ ഞാൻ കർമ്മങ്ങൾ ആരംഭിച്ചു. ക്രിയകൾക്ക് ശേഷം നിലത്ത് വിരിച്ച വാഴയിലയിൽ ഒരുരുള ചോറും വച്ചു. എന്നിട്ട് ഉച്ചത്തിൽ കൈകൊട്ടി കാക്കയെ വിളിച്ചു.

അപ്പോൾ, മീശകളുള്ള, നീണ്ട വാലുള്ള ഒരു വലിയ കാക്ക പറന്നു വരുന്നുണ്ടായിരുന്നു. അപ്പുറത്ത് മാഷിന്റെ വീട്ടിൽ ലൈറ്റ് തെളിഞ്ഞു.

# ഇദ്

തുറന്നിട്ട ജനാലയിലൂടെ അപ്പുറത്ത്, പറമ്പിൽ പണിക്കാർ പന്ത ലഴിക്കുന്നത് കാണാം. മുറ്റത്തും പരിസരത്തുമായി ആളുകൾ കട്ടൻചായ കുടിച്ച് പ്ലാസ്റ്റിക് കസേരകളിൽ കാലുനീട്ടി ഇരിക്കുന്നത് മുറിയിലേക്ക് വരുന്ന വഴി കണ്ടതാണ്. മൂപ്പര് വരുന്നതിനു മുൻപ് ജനാല അടച്ചേക്കാം. വീട്ടിലെ എല്ലാവർക്കും വിഴുങ്ങിയ ചിരിയാണ്. ഈ രാത്രി കഴിഞ്ഞ് എങ്ങനെ അവരുടെ മുഖത്ത് നോക്കും. സാരമില്ല. കുറച്ച് കഴിഞ്ഞാൽ എല്ലാവരും പിരിഞ്ഞു പൊയ്ക്കോളും. രാവിലെ ആകു മ്പോഴേക്ക് അമ്മയും അച്ഛനും മാത്രമായിരിക്കും. അവരെ ഫെയ്സ് ചെയ്യാൻ പ്രശ്നമില്ല. പിന്നെ രാവിലെ എഴുന്നേറ്റാൽ നേരെ അങ്ങ് അടുക്കളയിലേക്ക് ചെന്നേക്കാം. അതാണ് നല്ലത്.

ഇത്രയൊക്കെ ആലോചിച്ചപ്പോഴേക്ക് നീതു വല്ലാതെ ക്ഷീണിച്ചു പോയി. തന്റെ ഈ ഓവർതിങ്കിങ് കാരണം പണ്ട് പല അവസരങ്ങളും നഷ്ടമായിട്ടുണ്ട്.എന്നാലും മനസ്സ് കയ്യിലൊതുങ്ങുന്നില്ല. അതിങ്ങനെ സഞ്ചരിക്കുകയാണ്. കല്യാണം നിശ്ചയിച്ചതിനുശേഷമുള്ള ചില രാത്രികളിൽ ഒരു പൈങ്കിളി കാമുകിയെ പോലെ പറഞ്ഞു പോയിട്ടുണ്ട്, “ആ രാത്രി എങ്ങനെയായിരിക്കും?”, “ഞാൻ അപ്പോ എന്താ ഉടുക്കേണ്ടത്?”. അന്ന് മൂപ്പരൊന്നും മിണ്ടിയില്ല. കുറച്ച് ഇൻട്രോവേർട്ടാണെന്ന് തോന്നുന്നു. ഇൻഡോവേർട്ടുകൾ കിടപ്പറയിൽ ഭീകര എക്സ്ട്രോവേർട്ടുകളാണെന്നും അവർ നമ്മളെ സുഖിപ്പിച്ചു കിടത്തുമെന്നും കാതറിൻ പറഞ്ഞത് ഓർമ്മയുണ്ട്.സംശയങ്ങളാണെന്നേ... പതിനായിരത്തെട്ടെണ്ണം. അവളാണെങ്കിൽ കോളേജിൽ പഠിക്കുമ്പോഴേ കെട്ടിയതാ. സംശയങ്ങൾ തീർക്കാൻ അവൾ തന്നെയാണ് മികച്ച സെക്സ് ഗുരു

എന്ന് മനസിലുറപ്പിച്ചാണ് നീതു കാതറിനെ വിളിച്ചത്. പക്ഷേ അവൾ ആവശ്യമില്ലാത്ത സസ്പെൻസ് മേക്കർ ആയതിനാൽ ഇത്ര മാത്രമേ പറഞ്ഞുള്ളൂ.

“നീ എല്ലാം നേരിട്ട് അനുഭവിക്ക് മോളെ...”

അടുത്തവഴി ഗൂഗിളാണ്. ഗൂഗിളിന്റെ ഭൂതകണ്ണാടിയുടെ ഒത്തനടുക്ക നിന്ന് അവൾ ആഴങ്ങളിലേക്കുള്ള ലിങ്കുകളിലേക്ക് ചാടി കൊണ്ടിരുന്നു.

എന്തൊക്കെ കാര്യങ്ങളാണ്!

പല രീതികൾ, പല സ്ഥലങ്ങൾ, വിവിധ പൊസിഷൻസ്. സ്കൂളിൽ പഠിക്കുമ്പോൾ അറിയേണ്ടാത്തതായ, ടോയ്‌ലറ്റിന്റെ ചുമരുകളിലും, നോട്ടുബുക്കുകളുടെ ചട്ടയിലൊട്ടിയ അവസാന പേജിന്റെ അടിയിലും, മാത്രം ഒതുങ്ങി പോയത്, ഒരു ദിവസം, ഒരിക്കൽ മാത്രം ഒരു കടലാസിൽ എഴുതി, “സെക്സ്.” കുറച്ചു നിമിഷത്തെ ആ ചട്ട ലംഘനത്തിന്റെ ആനന്ദം അനുഭവിച്ചതിനുശേഷം അപ്പോൾ തന്നെ അത് വലിച്ചു കീറി കളഞ്ഞു. ഇപ്പോഴാകട്ടെ ഫോൺ ഹിസ്റ്ററി ക്ലിയർ ആക്കേണ്ട പ്രശ്നമേയുള്ളൂ.

ചിന്തകളിങ്ങനെ മഞ്ഞവെളിച്ചത്തിൽ പരന്നൊഴുകുകയാണ്. അതിനിടയ്ക്ക് ലത ചേച്ചി ഒരു ഗ്ലാസ് പാലും പ്ലേറ്റിൽ കുറച്ച് ആപ്പിൾ അരിഞ്ഞതും ഡോറിനരികിൽ കൊണ്ടുതന്നു.ഒന്ന് ചിരിക്കുക മാത്രം ചെയ്ത് അവർ പോയി. പാലിന്റെ നിറവ്യത്യാസം കണ്ട് ഒന്നു മണത്തു നോക്കിയപ്പോഴാണ് മനസ്സിലായത്.സംഗതി ഹോർലിക്സാണ്. അറിയാതെ ഒന്നു ചിരിച്ചു പോയി. നന്നായി. പാൽ എങ്ങനെ കുടിച്ചിറക്കുമെന്ന് ആലോചിച്ചതേയുള്ളൂ.നീതുവിന്റെ ചിന്തകൾ പടർന്ന് കട്ടിലിന്റെ കാലുകൾ വരെ എത്തിയപ്പോഴേക്കും പ്രമോദ് മുറിയിലേക്ക് കടന്നുവന്നു.ഒരു മറൂൺ ലുങ്കിയും നീല ടീ ഷർട്ടുമാണ് വേഷം. ഇനി എന്ത് ചെയ്യണം എന്നറിയാതെ കുഴങ്ങി നിന്നപ്പോൾ അയാൾ അവൾക്കരികിലിരുന്ന് ഒന്ന് ചിരിക്കുക മാത്രം ചെയ്തു. സംസാരത്തിന് തുടക്കമിടാൻ ഏറെ മനംമടുപ്പിക്കുന്ന വിഷയങ്ങളായ ആൾത്തിരക്ക്, ഭക്ഷണം എന്നിവയിലേക്ക് അയാൾ നടന്നു കയറി. വെറുതെ തലയാട്ടി കൊണ്ടിരുന്ന നീതുവിന്റെ അരികിലേക്ക് നിഴൽ നീളുന്ന വേഗത്തിൽ അയാൾ വരുന്നുണ്ടായിരുന്നു. ഇതറിഞ്ഞതും അവൾ പ്രമോദിന്റെ കണ്ണുകളിലേക്ക് നോക്കാൻ ശ്രമിച്ചു.അതിനൊന്നും പിടികൊടുക്കാതെ പെട്ടെന്നയാൾ നീതുവിന്റെ ചുണ്ടിലമർന്നു. ഇനി അടുത്തത് എന്തായിരിക്കും എന്ന് ആലോചിക്കുമ്പോഴേക്കും പ്രമോദ് അവളുടെ ചുരിദാർ

ഊരാൻ ശ്രമിക്കുന്നുണ്ടായിരുന്നു.

ഇത്ര പെട്ടെന്നോ? ഇയാൾക്കിതെന്തൊരു തിടുക്കമാ.നീതു അതഴിക്കാൻ അയാളെ സഹായിച്ചു. അതിനുശേഷം ഒരു പൈപ്പ് തുറക്കുന്ന വേഗത്തിൽ അയാൾ ബ്രേസിയറിന്റെ ഹുക്കഴിച്ചെടുത്തു. അടുത്ത നിമിഷത്തിൽ അയാൾ അവളുടെ മടിയിൽ കിടന്ന് മുല കുടിച്ചു. കഴിഞ്ഞ നിമിഷത്തിൽ എന്താണ് സംഭവിച്ചതെന്നറിയാതെ നീതു അത് നോക്കി ഇരുന്നു പോയി. ഗൂഗിളിൽ പല രീതികൾ പറഞ്ഞിട്ടുണ്ടല്ലോ. അതിലൊന്നാവാം ഇത് എന്ന് വിചാരിച്ച് അടുത്തൊരു നല്ല നിമിഷത്തിനായി അവൾ പ്രമോദിന്റെ മുഖത്തേക്ക് നോക്കി.

അയാൾ അപ്പോഴേക്കും ഉറങ്ങിയിരുന്നു. എന്താണ് ചെയ്യുക എന്നറിയാതെ നിന്നുപോയെങ്കിലും മെല്ലെ അയാളെ മാറ്റിക്കിടത്തി. ക്ഷീണം കൊണ്ട് ഉറങ്ങിപ്പോയതായിരിക്കും. തണുപ്പിൽ ചുരുണ്ടു കിടക്കുന്ന ചുരിദാർ പതിയെ എടുത്തിട്ട് നീതു അടുത്ത രാത്രി കാത്തു കിടന്നു. പക്ഷേ ചുംബനത്തിൽ തുടങ്ങാറുള്ള രാത്രികൾ മുലയൂട്ടലിൽ ഒടുങ്ങുന്നത് ഒരു പതിവായി. അപ്പോഴേക്കും അയാൾ ഉറങ്ങും. ചില രാത്രികളിൽ അവൾ അയാളുടെ മുലകളിലേക്കുള്ള സഞ്ചാരം തടഞ്ഞു നോക്കി. അപ്പോഴെല്ലാം ചെറിയൊരു ബലപ്രയോഗത്തിലൂടെ അയാൾ അവിടെ എത്തും. നീതുവിന് സംശയങ്ങൾ വീണ്ടും തികട്ടി വന്നു. താൻ കണ്ട വീഡിയോകളോ ഗൂഗിളോ തന്ന അറിവ് പ്രകാരം ഇതായിരുന്നില്ല അവസാനം. അതുമാത്രമല്ല ഒരു സുഖവും ഇതിൽ നിന്നും ലഭിക്കുന്നില്ല. പോരാഞ്ഞ് ദിവസേനയുള്ള മുലയൂട്ടലിൽ അവിടെ നീലിച്ച്, വേദനയും വന്നിരിക്കുന്നു. ഒരു ദിവസം ഇതിനെക്കുറിച്ച് ചോദിക്കാൻ തന്നെ അവൾ തീരുമാനിച്ചു. പക്ഷേ ഒന്നും മിണ്ടാതെ അയാൾ മുലക്കരികിലേക്ക് വരികയാണുണ്ടായത്. വെറുപ്പോടെ അവൾ പിടിച്ചുന്തിയപ്പോൾ, ഒന്നും സംഭവിക്കാത്ത പോലെ പ്രമോദ് ഉറങ്ങി. ജോലി കഴിഞ്ഞ് വീട്ടിലെത്തിയാൽ അമ്മയോട് മാത്രമാണ് അയാൾ വിശേഷങ്ങൾ പറയുക. നീതുവിനോട് ഒരക്ഷരം മിണ്ടാറില്ല. ഇതിനൊരു ഉത്തരം കിട്ടാതെ തന്റെ ശരീരത്തിൽ സ്പർശിക്കാൻ സമ്മതിക്കില്ല എന്ന നിലപാടിൽ നീതു ഉറച്ചുനിന്നു.

ഒരു രാത്രിയിൽ തീരാത്ത ഗോവണി സ്വപ്നം കണ്ടുണർന്നപ്പോൾ അടുത്ത് പ്രമോദ് ഇല്ല എന്നവൾക്ക് മനസ്സിലായി.സംശയം തോന്നി ബാത്റൂമിൽ പോയി നോക്കിയപ്പോൾ അവിടെയും ഇല്ല. ബാൽക്കണിയിലും വരാന്തയിലും കാണാത്തതിനാൽ നീതു താഴോട്ട് പോയി നോക്കി. സ്റ്റെപ് ഇറങ്ങി വരുമ്പോൾ അച്ഛൻ ഹാളിലെ സോഫയിൽ കിടക്കുന്നതാണ് കണ്ടത്. ഇവിടെയാണോ അച്ഛൻ കിടക്കാറ്? അച്ഛനെ ഉണർത്തി കാര്യം പറയാം എന്ന് വിചാരിച്ചപ്പോഴാണ് പകുതി ചാരിയ

കിടപ്പുമുറിയിൽ നിന്നും വരുന്ന അരണ്ട മഞ്ഞവെളിച്ചം ശ്രദ്ധിച്ചത്. വാതിലിനരികിൽ മെല്ലെ ചെന്നു നോക്കിയപ്പോൾ നീതുവിന്റെ നെഞ്ചിലൊരു തരിപ്പ് പടർന്നു. അവിടെ അവൾ കണ്ടത് അമ്മയുടെ മുലകുടിച്ചുറങ്ങുന്ന ലോകത്തിലെ ഏറ്റവും ശാന്തനായ ഒരു കുഞ്ഞിനെയാണ്.

# മീൻമൈത്രി

മീൻകൂട്ടാൻ ഇല്ലാതെ ഉണ്ണുക എന്നത് പുന്നശ്ശേരി നിവാസികൾക്ക് സഹിക്കാൻ കഴിയാത്തൊരു കാര്യമാണ്. ഓരോ ദിവസത്തിന്റെയും താളം മുഴുവൻ നിയന്ത്രിക്കുന്നത് കുഞ്ഞൻ മതി മുതൽ പുതിയാപ്ലക്കോര വരെ വരെ നീണ്ടുനിവർന്ന മീൻമുള്ളുകളാണ്. മീൻകാരൻ പോക്കറിന് പുന്നശ്ശേരിയിലെ ജനങ്ങളുടെ മീൻമോഹത്തിന്റെ അളവുകോൽ നന്നായി അറിയാം. എല്ലാ ദിവസവും രാവിലെ കൃത്യം 8നും 8:16നും ഇടക്ക് പോക്കറിന്റെ നീട്ടിയ കൂക്കി വിളിക്കു കാത്തു നിൽക്കുന്നവരാണ് പുന്നശ്ശേരിയിലെ വീട്ടമ്മമാർ മുഴുവൻ. ശബ്ദം ദൂരേന്ന് കേട്ടാൽ എല്ലാവരും അവരവരുടെ വീട്ടുപടിക്കൽ വന്ന് നിൽപ്പാവും. പിന്നെ തലേന്ന് കൂട്ടിയ മീനിന്റെ ചീവ് അളക്കലും, കെട്ടിയോന്റെ ചൊരുക്കളെക്കലുമെല്ലാം നടക്കും. അളവുകോലുകളെ നിലയ്ക്കുനിർത്താൻ സമ്മതിക്കാതെ പോക്കർ ഒരു തുരുമ്പിച്ച എം80യിൽ പകുതി അഴിച്ചിട്ട ഷർട്ടിൽ രംഗപ്രവേശനം ചെയ്യും.

പോക്കറിനറിയാം ഏതെല്ലാം മീനുകളാണ് പുന്നശ്ശേരിയുടെ പോക്കറ്റിനും ആമാശയത്തിനും ഒരുപോലെ പ്രിയമെന്ന്. അതുകൊണ്ട് അത്തരം മീനുകളെ മാത്രം മാറിമാറി കൊണ്ടു വരികയാണ് പതിവ്. പോക്കറിനോട് ചിലർ കടം പറയും, കുശലം പറയും, കുറ്റം പറയും, സൊറ പറയും. 'ല്ലാം മ്മക്ക് ശെര്യാക്കാന്ന്'ന്നുള്ള ഒറ്റ വാചകവും പറഞ്ഞ് എം 80യും സ്റ്റാർട്ട് ആക്കി അയാളൊരു വിടലാണ്.

പുന്നശ്ശേരി ദേശത്തിന്റെ ഹൃദയമാണ് അയലാപിലാക്കൽ ദേവീക്ഷേത്രം. അമ്പലത്തിലെ ഉത്സവം വർഷംതോറും അതിഗംഭീരമായി വളർന്നുകൊണ്ടിരിക്കുകയാണ്. കാവ് സ്വർണ്ണ പ്രശ്നങ്ങൾക്കും താമ്പൂല

പ്രശ്നങ്ങൾക്കും ശേഷം ക്ഷേത്രമാക്കി മാറ്റി. കർമ്മം ചെയ്യുവാൻ നമ്പൂതിരിയായി, ചുറ്റമതിൽ പണിഞ്ഞു, ഇങ്ങനെയുള്ള പുരോഗമനങ്ങളിൽ പുന്നശ്ശേരിയിലെ ജനങ്ങൾ അങ്ങേയറ്റം ഊറ്റം കൊണ്ടു. പോക്കറും ഈ സന്തോഷങ്ങൾ പങ്കിട്ടെടുക്കാറുണ്ട്. ക്ഷേത്രത്തിൽ കുംഭമാസത്തിൽ നടക്കാറുള്ള ഉത്സവ സമയം ജനങ്ങൾ മുഴുവൻ നോയമ്പ് നോൽക്കും. പക്ഷേ അപ്പോഴും പണ്ടാരോ തുടങ്ങിവച്ച ശീലം ആചാരമായി തുടരുന്നതിനാൽ പോക്കറിന് പട്ടിണിയില്ലാതെ കടുക്ക വിറ്റ് ജീവിക്കാം.

കടുക്കയെ നോൺവെജിറ്റേറിയൻ ഗണത്തിൽപ്പെടുത്താത്തതിനാൽ ആ സമയങ്ങളിൽ കടുക്കയാണ് പുന്നശ്ശേരിക്കാരുടെ പ്രധാന ഭക്ഷണം. എല്ലാ വർഷത്തേക്കാളും ഗംഭീരമായി ഈ വർഷം ഉത്സവം കൊണ്ടാടി. പുതിയ ക്ഷേത്രം തന്ത്രിയുടെ വക പ്രത്യേക ഹോമങ്ങളും നടന്നു. അതനുസരിച്ച് പോക്കറിന്റെ കടുക്ക കച്ചവടവും പൊടിപൊടിച്ചു. പക്ഷേ ഉത്സവം കഴിഞ്ഞ് പിറ്റേന്നത്തെ പ്രഭാതം പുന്നശ്ശേരിക്കാർക്ക് പുതിയൊരു കാഴ്ചയും കേൾവിയും ആണ് ഒരുക്കിവെച്ചത്.

സാധാരണ 8 കഴിഞ്ഞ് 8:16 ന മുമ്പ് കേൾക്കുന്ന നീട്ടിയ ഓരിയിടലിന് പകരം വളരെ നേരത്തെ, കിറു കൃത്യമായി പറഞ്ഞാൽ 7:32 ന് ഒരു വമ്പൻ ഓരിയിടൽ കേട്ടാണ് പുന്നശ്ശേരിക്കാരന്ന് ഉണർന്നത്. ചിലർ വേഗം തന്നെ അടുക്കളയിൽ പോയി മീൻ വാങ്ങുന്ന ക്ലുനൻ പാത്രവും എടുത്ത് നടക്കലിലേക്ക് ഓടി.നോക്കുമ്പോൾ മീനുമായി മുറ്റത്ത് നിൽക്കുന്നത് പോക്കറല്ല. പകരം ചെറുപ്പക്കാരനായ, സുമുഖനായ,, ഷർട്ടിന്റെ കുടുക്ക് മുഴുവനായും ഇട്ട ഷാജിയാണ്. പോരാത്തതിന് വണ്ടിയാണേൽ ചിരിക്കുന്ന പുതുപുത്തൻ പാഷൻ പ്ലസും.

അന്നുമുതൽ പുന്നശ്ശേരിക്കാർ മുഴുവൻ ഷാജിയുടെ കൊട്ടയിലെ മീനിനെ മാത്രം കൊത്തിയെടുക്കാൻ തുടങ്ങി. അതോടെ, പോക്കറിന്റെ മീൻ മുഴുവൻ ആരും വാങ്ങാതെ ചീഞ്ഞ് അനാഥപ്രേതങ്ങളായി അലഞ്ഞു നീന്തി.

കാരണങ്ങൾ പലതാണ്.

മീൻ വീട്ടുപടിക്കലെത്തും. ഷാജിയുടെ ആ രൂപം രാവിലെതന്നെ കണികാണുന്നതിൽ ഒരു മെനയൊക്കെ ഉണ്ട്. സർവോപരി ഷാജി ക്ഷേത്രകമ്മിറ്റി മെമ്പറുമാണ്. ഉത്സവസമയത്ത് ഒരു ചാക്ക് അരി സംഭാവന ചെയ്തിട്ടുമുണ്ട്. പോരേ...

ദിവസങ്ങൾ നീങ്ങുമ്പോൾ ഷാജിയുടെ മുഴക്കം മാത്രം പുന്നശ്ശേരിയുടെ ആകാശത്തിൽ അവശേഷിച്ചു. പോക്കറിനെക്കുറിച്ച് ആരും അന്വേഷിച്ചത് പോലുമില്ല. ഷാജിയുടെ കുട്ടയിലെ ഐസിൽ നല്ല

സ്റ്റൈലൻ പേരുകളുള്ള മീനുകൾ മാനം നോക്കി ചത്തുമലച്ചു കിട ക്കുന്നത് കാണാൻ പുന്നശ്ശേരിക്കാർ കാത്തിരുന്നു.അങ്ങനെയിരിക്കെ പുന്നശ്ശേരി രണ്ടാമത്തെ അത്ഭുതത്തിന് സാക്ഷ്യംവഹിച്ചു.

ഓരിയിടലുകളില്ലാത്ത അനാഥമായ പുന്നശ്ശേരിയുടെ ഭൂമിയെയും ആകാശത്തെയും എല്ലാവരും സങ്കടത്തോടെ നോക്കിനിന്നു. മീൻച ട്ടികൾ അന്നാദ്യമായി മീനുകളുടെ ശവങ്ങളില്ലാതെ പൊള്ളയായി. വെറും മുട്ട പൊരിച്ചതും ഉപ്പേരിയും ചോറും ഓഫീസിലേക്ക് കൊണ്ടു പോകുന്ന ഭർത്താക്കന്മാർ ഭാര്യമാരോട് കാരണങ്ങളില്ലാതെ തർക്കിച്ചു. തുടർന്നുള്ള ദിവസങ്ങളിലും ഇതുതന്നെ അവസ്ഥ. പുന്നശ്ശേരിയിലെ വീടുകൾ അസ്വസ്ഥമായി.പെണ്ണുങ്ങൾ ഇതിനൊരു അറുതിവരുത്താൻ വഴി അന്വേഷിച്ചു.

"എടിയേ ഷാജി മീൻവിക്കല് നിർത്തി ഗൾഫിൽ പോയീന്ന്."

"എന്റെ സീതേച്ച്യേ ഒരു നന്ദി ഇല്ലാണ്ട് ഓനങ്ങ് പോയല്ലോ."

"ഒരു വാക്ക് പറയണ്ടേ... കള്ളൻ!"

ആണുങ്ങൾ ടൗണിൽനിന്ന് ഉയർന്ന വിലയ്ക്ക് മാത്രം കിട്ടുന്ന മുന്തിയ ഇനം മീനുകൾ വല്ലപ്പോഴും വാങ്ങിച്ച് ഞെരിപിരിയലിന് താൽക്കാലിക ആശ്വാസം കണ്ടെത്തുവാൻ തുടങ്ങി.പുന്നശ്ശേരിയുടെ മൂന്നാമത്തെ അത്ഭുത പ്രഭാതമായിരുന്നു പിറ്റേന്ന്. കൃത്യം 8:16ന് പോക്കറിന്റെ വണ്ടിയുടെ ശബ്ദം ദൂരെ നിന്ന് കേട്ട വീട്ടമ്മമാർ അടുത്തെങ്ങും അനു ഭവിക്കാത്ത ആനന്ദമൂർച്ചയിൽ മീൻചട്ടിയുമായി വീടിന്റെ ഗേറ്റുകളിലേക്ക് ഓടി. പോക്കർ ദൂരെ നിന്ന് വരുന്നത് സന്തോഷത്തോടെ നോക്കിനിന്നു. പോക്കർ തന്റെ എം80യുടെ പിടി മുഴുവനായി തിരിച്ച്, നിർത്താതെ, അവരുടെ മുന്നിലൂടെ മിന്നിച്ച് പാഞ്ഞു. എന്നിട്ട് നീട്ടി ഒന്ന് കൂക്കിവിളിച്ചു.

"ഓ... ഹോയ്..."

മനുഷ്യരായ മനുഷ്യർക്കും, ദൈവങ്ങൾക്കും, ജീവികൾക്കും, പിടിതരാതെ ആ ശബ്ദം പുന്നശ്ശേരിയുടെ ആകാശത്തിലേക്ക് മാത്രം ഉയർന്നു പൊന്തി.

# ഒരു ഉന്മാദിയുടെ കേസ് ഫയൽ

## ഒന്ന്

“നീയീ ബഡ്സെല്ലാം കൊണ്ട് എന്ത് ചെയ്യലാടാ?”

അമ്മയുടെ ഉച്ചത്തിലുള്ള ചീത്ത കേട്ടാണ് ഉറക്കമുണർന്നത്. പറഞ്ഞത് ശരിയാണ്. കട്ടിലിനടിയിൽ, ജനാല വക്കത്ത്, മേശപ്പുറത്ത് ഇവിടെയെല്ലാം നിറച്ചും ബഡ്സാണ്.

“ഇതിനും മാത്രം നിന്റെ ചെവിയിൽ എന്താ ഉള്ളത്?”

ഒന്നുമുണ്ടായിട്ടല്ല. അതിങ്ങനെ ചെവിയിലിട്ട് കറക്കുമ്പോൾ കിട്ടുന്ന ഒരു സുഖമുണ്ട്. എത്ര ടെൻഷനുള്ള സമയത്തും കിട്ടുന്ന ഒരു ആശ്വാസമുണ്ട്. അമ്മയ്ക്ക് പറഞ്ഞാ മനസ്സിലാവില്ല. മനസ്സിലാക്കി കൊടുക്കാനുള്ള സമയവുമില്ല. ഇന്ന് സ്റ്റേഷനിൽ നേരത്തെ എത്താൻ വാട്സ്ആപ്പ് ഗ്രൂപ്പിൽ സാർ പറഞ്ഞിരുന്നു. എന്റെ കൃത്യനിഷ്ഠത കാരണം എസ്ഐ സാറിന് എന്നോട് പ്രത്യേകം മതിപ്പുണ്ട്. രാത്രി ഡ്യൂട്ടി കഴിഞ്ഞു വീട്ടിൽ എത്തി, അമ്മ ചോറ് വിളമ്പി തരുമ്പോൾ എല്ലാം ഞാൻ അതിനെക്കുറിച്ച് വാതോരാതെ പറയാറുമുണ്ട്. സാറ് പറഞ്ഞ സമയത്ത് ഞാൻ സ്റ്റേഷനിൽ എത്തി. എസ് ഐ സാർ ഏതോ കേസിന്റെ ഫയൽ പരിശോധിക്കുകയാണ്. മൂപ്പരെ കണ്ടയുടനെ ബലത്തിലൊന്ന് സല്യൂട്ട് ചെയ്തു.

“എടോ കഴിഞ്ഞയാഴ്ച മാണിക്യക്കുന്നിൽ നിന്ന് കിട്ടിയ ആളുടെ പോസ്റ്റ്മോർട്ടം റിപ്പോർട്ട് വന്നിട്ടുണ്ട്. വിഷം ഉള്ളിൽ ചെന്നതാണ്

മരണകാരണം."

ഞാൻ മിണ്ടാതെ തലകുലുക്കി.

മാനസിക തകരാർ മൂലം ഉള്ള ആത്മഹത്യ എന്ന് തീർപ്പുകൽപ്പിച്ച് എസ് ഐ സാർ കേസ് ക്ലോസ് ചെയ്തു. ഞാൻ ആ ഫയലൊന്ന് വായിക്കാൻ വാങ്ങിച്ചു.

## രണ്ട്

ആശാരി പണി ചെയ്ത് ജീവിച്ചിരുന്ന രമേശനെ പശുവിനെ കെട്ടാൻ പോയ ഒരാളാണ് ആദ്യമായി മരിച്ചനിലയിൽ കാണുന്നത്. പക്ഷേ, സംഭവ സ്ഥലത്ത് എത്തിയ ഞങ്ങളെ അത്ഭുതപ്പെടുത്തിയത് മറ്റൊരു കാര്യമാണ്.രമേശൻ ഒരു കടുംനീല സാരിയും ചുറ്റി, ചുവപ്പു പൊട്ടും തൊട്ട്, ഒരു വിഗ്ഗും വച്ചാണ് മരിച്ചുകിടക്കുന്നത്. സാമാന്യം തടിച്ച രമേശന്റെ വയറ് സാരിത്തലപ്പിന് ഉൾക്കൊള്ളാനാകാതെ മുന്നോട്ട് ഉന്തി നിൽക്കുന്നുണ്ട്. പ്രാഥമിക അന്വേഷണത്തിന് രണ്ട് കോൺസ്റ്റബിൾമാരെ എസ് ഐ സാർ നിയോഗിച്ചു. ഞാനും മോഹനേട്ടനും.

അങ്ങനെ ഞാനും മോഹനേട്ടനും ആദ്യം ചെന്നത് രമേശൻ മരിച്ചു കിടന്ന കുന്നിന്റെ താഴെയുള്ള ഗ്രാമത്തിലേക്കാണ്. രമേശനെ പറ്റി അന്വേഷിച്ച ഓരോ ഘട്ടത്തിലും അയാൾ ഞങ്ങളെ എത്തിച്ചത് അസാധാരണമായ ചിന്തകളിലേക്കായിരുന്നു. ആ മനുഷ്യനെക്കുറിച്ച് നാട്ടിൽ ഒരാൾക്കും ഒരു പരാതിയുമില്ല. രമേശന്റെ പേരിൽ ഒരു കേസും രജിസ്റ്റർ ചെയ്യപ്പെട്ടിട്ടില്ല. അയാൾക്ക് കടബാധ്യതകൾ ഉണ്ടായിരുന്നില്ല. ഒരുതരത്തിലുള്ള ശത്രുതയും ആരുമായിട്ടും ഇല്ല. മാനസിക രോഗമാവുമെന്ന് മോഹനേട്ടൻ എന്നോട് പറഞ്ഞപ്പോൾ ഞാൻ പറഞ്ഞു,

"അയാൾ സ്വന്തം ലിംഗസ്വത്വത്തെ കുറിച്ചുള്ള സംഘർഷത്തിൽ മരിച്ചതാവാം."

അത് തന്നെയാ ഞാനും പറഞ്ഞതെന്ന് മോഹനേട്ടൻ. നാട്ടിലെ കാലൊടിഞ്ഞ കസേരകളും നടുവൊടിഞ്ഞ കട്ടിലുകളും മേശകളുമെല്ലാം ശരിയാക്കി കൊടുക്കലാണ് രമേശന്റെ പ്രധാന ജോലി. എല്ലാവരും രമേശനെ ജോലിക്ക് വിളിച്ചിരുന്നു. കാരണം അധികം സംസാരമൊന്നുമില്ലാതെ കൃത്യസമയത്ത് അയാൾ അയാളുടെ ജോലി ചെയ്തു തീർക്കും. പക്ഷേ നാട്ടുകാർക്കെല്ലാം ഒരുപോലെ അറിയുന്ന ഒരു അതിവിചിത്ര സ്വഭാവം അയാൾക്കുണ്ട്!

## മൂന്ന്

രാത്രി ഏകദേശം ഒരു 12 മണി കഴിഞ്ഞാൽ രമേശൻ സ്ത്രീവേഷത്തിൽ നടക്കാനിറങ്ങും. മിക്കവരും ഒരു നീല സാരിയിൽ രമേശനെ ആ സമയത്ത് കാണാറുണ്ട്. അപ്പോഴും വളരെ സാധാരണ രീതിയിൽ ആയിരിക്കും അയാളുടെ പെരുമാറ്റം എന്നൊരു നാട്ടുകാരൻ സാക്ഷ്യപ്പെടുത്തി. രമേശന്റെ ചെറുപ്പം മുതലേയുള്ള ഈ ശീലം കണ്ടുപരിചയിച്ച നാട്ടുകാർക്ക് അതൊരു അത്ഭുതമായിരുന്നില്ല. അമ്മ മരിച്ചതിൽ പിന്നെ രമേശൻ ഒറ്റയ്ക്കാണ്. വിവാഹത്തിനു ശേഷം ഈ സ്വഭാവത്തിന് മാറ്റം ഉണ്ടാകുമെന്ന് പലരും കരുതിയെങ്കിലും ഈ പതിവു തുടർന്നു. വിവാഹം കഴിച്ച സ്ത്രീ സ്വാഭാവികമായും അയാളെ ഉപേക്ഷിച്ച് നാടുവിട്ടിട്ടുണ്ടാകുമെന്ന് ഞാനും മോഹനേട്ടനും ഒരുപോലെ കരുതി.പക്ഷേ രമേശൻ വീണ്ടും ഞങ്ങളെ അത്ഭുതപ്പെടുത്തി. രമേശന്റെ ഭാര്യ പ്രമീള അയാൾക്കൊപ്പം തന്നെ ഉണ്ടായിരുന്നു. പിന്നീട് കൂടുതൽ വിവരങ്ങൾ തന്നത് പ്രമീളയാണ്. പ്രമീള അയാളുടെ മരണത്തിൽ ഏറെ വേവുന്നുണ്ടെന്ന് പ്രത്യക്ഷത്തിൽ വ്യക്തമാണ്. അതിനാൽ ഇവർ തമ്മിൽ പ്രശ്നമൊന്നും ഉണ്ടായിരുന്നില്ല എന്ന് വെറുതെ മനസ്സിൽ കണക്കു കൂട്ടി.

"ഈ മനുഷ്യനിങ്ങനൊരു കടുംകൈ ചെയ്യുമെന്ന് ഞാൻ സൊപനത്തിൽ വിചാരിച്ചില്ല സാറേ."

ഏങ്ങലടിച്ച് ആ സ്ത്രീ പറഞ്ഞു.

"രമേശന് എന്തെങ്കിലും മാനസിക പ്രശ്നം ഉണ്ടായിരുന്നോ?" ഞാനെന്റെ പോലീസുകാരന്റെ കാക്കിയൊന്ന് കുടഞ്ഞു.

"എന്ത് പ്രശ്നം? ഒരു പ്രശ്നോം ഇല്ലാർന്ന് സാറേ, ഞങ്ങള് നല്ല സന്തോഷത്തിലാരുന്ന്. പിന്നെ കുറച്ച ദിവസായി അങ്ങേര് കുറച്ച് വിഷമത്തിലാരുന്ന്."

"രമേശൻ രാത്രി സ്ത്രീവേഷം കെട്ടി ഇറങ്ങി നടക്കാറുണ്ടെന്ന് പരാതി കേട്ടല്ലോ?"

അറിയാതെ ആകാംഷയിൽ ചോദിച്ച പോയ എന്നെ മോഹനേട്ടൻ കടുപ്പിച്ച നോക്കി. പോലീസ് രീതികളെല്ലാം പഠിച്ച വരുന്നതേയുള്ളൂ.

പ്രമീള കുറച്ചുനേരം ഒന്നും മിണ്ടിയില്ല. കണ്ണുതുടച്ച് ഒന്ന് ശ്വാസം എടുത്ത് ആ സ്ത്രീ പറഞ്ഞു.

"അത് ശരിയാ സാറേ, മൂപ്പര് ഇടയ്ക്ക് സാരിയും ചുറ്റി മേക്കപ്പിട്ട് രാത്രി ആയാല് പുറത്തേക്ക് ഇറങ്ങും. മൂപ്പർക്കതൊരു ശീലാണ്. അതുകൊണ്ട് എനിക്കോ നാട്ടുകാർക്കോ ഒരു ഉപദ്രവോം ഇതുവരെ ണ്ടായിട്ടില്ല."

പ്രമീളയെ ഓർമ്മകളിൽ എവിടെയോ നഷ്ടപ്പെട്ടു പോയിരിക്കുന്നു. രമേശനെ മുന്നിൽ കാണുന്നതുപോലെ പ്രമീള തുടർന്നു,

"രാത്രിയായാല് ആ നീല സാരീം ചുറ്റി, കണ്ണാടി നോക്കി വാലിട്ട് കണ്ണെഴുതി, ഒരു കുഞ്ഞു ചുവന്ന വട്ടപൊട്ടും കുത്തി എന്നെ നോക്കിയൊന്നു ചിരിക്കും. ആ ചിരിക്ക് എന്തൊരു ചേലാണെന്നോ."

നിശബ്ദത.

മോഹനേട്ടൻ ചോദ്യംചെയ്യൽ തുടർന്നു. എനിക്ക് അതിനുശേഷം ഒന്നും ചോദിക്കാൻ സാധിച്ചില്ല.

"ഈയിടെയായി രമേശന് ചില വിഷമങ്ങൾ ഉണ്ടായിരുന്നു എന്നു പറഞ്ഞല്ലോ. അതിന്റെ കാരണം വല്ലതും നിങ്ങളോട് പറഞ്ഞിരുന്നോ?"

"അങ്ങേര് കുറച്ച ദിവസം മുന്നേ രാത്രീല് ഇറങ്ങി നടക്കുന്ന സമയത്ത് ഏതോ വരത്തമ്മാര് അങ്ങേരെ കണ്ടു പേടിച്ച ബൈക്കിൽ നിന്നു വീണാരുന്ന്. അയ്ന് ശേഷം അങ്ങേർക്ക് ഭയങ്കര വിഷമമായിരുന്ന്. പിന്നെ ആൾക്കാര് കണ്ട് പേടിക്കാതിരിക്കാൻ ആളില്ലാത്ത വഴീലൂടാക്കി നടത്തം. പക്ഷേ കുന്നില് കൊറെ പുതിയ ആൾക്കാർ വീട് കെട്ടി താമസം തുടങ്ങീക്ക്ന്ന്. അവർക്ക് മൂപ്പരെ അറീലാലോ. "ആൾക്കാരെന്നെ കണ്ടു പേടിക്കുന്നെടീ" എന്നും പറഞ്ഞ് ഒരീസം എന്നെ കെട്ടിപ്പിടിച്ച് കരഞ്ഞു. അത് നോക്കണ്ടാന്ന് ഞാൻ പറഞ്ഞേലും ആയിന്ശേഷം അങ്ങേർക്ക് പുറത്തിറങ്ങാൻ പേടിയായി തുടങ്ങി. പിന്നേ പിന്നേ രാത്രി ഉറങ്ങാനും പറ്റാണ്ട് രാവിലെ പണിക്ക് പോവാനും മനസ്സ് വരാണ്ട് ഇവിടെ ഇരിക്കലായിരുന്ന്."

## നാല്

ഞാനും മോഹനേട്ടനും ഒന്നും പറയാതെ അവിടുന്ന് ഇറങ്ങി പോരുകയാണ് ചെയ്തത്. കേസിനു വേണ്ട കാര്യങ്ങളെല്ലാം കിട്ടിയിരുന്നു. വിഷക്കുപ്പി അന്ന് തന്നെ രമേശന്റെ ശവത്തിനരികിൽ നിന്ന് കണ്ടെടുത്തിരുന്നു. പിന്നെ ഇത്തരമൊരു കേസായിരുന്നതിനാൽ പോസ്റ്റുമോർട്ടത്തിന് അയക്കുകയാണ് ചെയ്തത്. ആ സമയത്ത് രമേശൻ ഞങ്ങൾ പോലീസുകാർക്കിടയിൽ ചർച്ചാവിഷയമായിരുന്നു. പിന്നീടെപ്പോഴോ എഫ്ഐആറുകൾക്കും കേസ് ഷീറ്റുകൾക്കുമിടയിൽ രമേശൻ മുങ്ങിപ്പോയി. ഇന്ന് ഈ റിപ്പോർട്ട് കണ്ടപ്പോഴാണ് അയാളെപ്പറ്റി വീണ്ടും ഓർത്തത്. ഒരു ട്രാൻസ്ജെൻഡറോ സ്ത്രീയോ ആകുവാൻ മോഹമില്ലാതിരുന്ന രമേശൻ പിന്നെ എന്തിനായിരിക്കും പെൺവേഷം കെട്ടി നടന്നിരുന്നത്. കീശയിൽ കരുതാറുള്ള ബഡ്സുകളിൽ നിന്ന് ഒരെണ്ണമെടുത്തു ചെവിയിൽ ചുഴറ്റി ഞാൻ ആലോചിച്ചു...

# ഇരുകാലികളും തിരുക്കല്ലും

## ഒന്ന്

നീല വെളിച്ചം മാത്രമുള്ള ബാറിൽ ഇരുന്ന് ഒന്നാമനും രണ്ടാമനും മൂന്നാമനും നടുവിലിരിക്കുന്ന വേവാത്ത പോർക്കിനെ ആമാശയത്തിലേക്ക് പറഞ്ഞുവിടാൻ ഞെരുക്കുകയായിരുന്നു. അകത്താക്കിയ ബിയറിന്റെ മത്ത് മതിയാവുന്നില്ല ആ ഇറച്ചിക്കഷണങ്ങൾ അടർത്തിയെടുക്കാൻ.ഒന്നാമനും രണ്ടാമനും ശ്രമം ഉപേക്ഷിച്ചെങ്കിലും മൂന്നാമന്റെ ശ്രദ്ധ അതിൽ മാത്രമായിരുന്നു. മറ്റുള്ളവർ അടുത്ത കുപ്പിക്കായി ഓർഡർ കൊടുത്തു. ബ്രോക്കർ വളരെ വേഗത്തിലാണ് ആ നീലപ്പുക നിറഞ്ഞ മേശക്കരികിലേക്ക് വന്നത്.എന്നിട്ട് അപ്പുറത്തുനിന്ന് ഒരു കസേര വലിച്ചെടുത്ത് അവിടെയിരുന്നു.

ഒന്നാമൻ: "എന്താ ബ്രോക്കറെ, ബാങ്കിൽ പഴയപോലെ പണയപ്പണ്ടൊന്നും വരുന്നില്ലേ?"

"ഹോ മാർക്കറ്റെല്ലാം ഡൗണല്ലേ. പിന്നെ ആ മിന്നുകെട്ട് ജ്വല്ലേഴ്സല്ലേ മ്മളെ അങ്ങാടി ഭരിക്കുന്നേ."

രണ്ടാമൻ: "മ്മളൊക്കെ ഈച്ചേനേം ആട്ടി ഇരിക്കേണ്ട അവസ്ഥ്യായി ബ്രോക്കറേ. ഇന്ന് രാവിലത്തെ പേപ്പറിന്റെ മുന്നിൽത്തെ പേജിൽ ഒരു ഫുള്ള് പരസ്യാ വന്നേ. ഓന്റൊരു മിന്നുകെട്ട്. ത്ഫൂ."

ഒന്നാമൻ: "ഞാനത് കണ്ടപാടെ പത്രാഫീസിലേക്ക് വിളിച്ച് നല്ലോണം പറഞ്ഞിണ്ട്.അല്ല പിന്നെ.മ്മളൊക്കെ കോയിക്കോട്ടങ്ങാടീല്

സ്വർണ്ണ കച്ചോടം തൊടങ്ങുമ്പോ ഓന്റെ അപ്പന് പാളയത്ത് പൂക്കച്ചോടായിനി. പൂ മോൻ!"

എല്ലാവരും ഉച്ചത്തിൽ ചിരിയായി. മൂന്നാമൻ അപ്പോഴും പോർക്കിന്റെ മുതുകിൽ യാത്ര ചെയ്യുകയായിരുന്നു.

ബ്രോക്കർ ഒരു വെയിറ്ററെ മാടിവിളിച്ച് ഒരു പെഗ് ഓൾഡ് മങ്കിന് ഓർഡർ കൊടുത്തു. കൂടെ ഒരു പുഴുങ്ങിയ മുട്ടയും. എന്നിട്ടയാൾ തന്റെ വിഷയത്തിലേക്ക് എടുത്തുചാടാനായി ഒന്ന് മുന്നോട്ടാഞ്ഞു.

"മ്മളേലൊരു ബഡാ പാർട്ടീണ്ട്."

കാര്യത്തിന്റെ ഗൗരവം മനസ്സിലാക്കി ഒന്നാമൻ ചോദിച്ചു,

"എന്താ കച്ചോടം?"

കസേരയുടെ ഏറ്റവും തുഞ്ചത്തിരുന്ന് ബ്രോക്കർ പറഞ്ഞു,

"അതൊരു കല്ലാണ്. ഇങ്ങളേലിണ്ടോ അത് വാങ്ങാൻ പറ്റിയ വമ്പൻ ടീംസ്?"

"എവടേള്ള പാർട്ട്യാണ്? രണ്ടാമൻ മുന്നിലെ അച്ചാർ തൊട്ടുനക്കിക്കൊണ്ട് ചോദിച്ചു.

"പാർട്ടി അങ്ങ് കോട്ടയത്താ. വല്ല്യ കച്ചോടൊക്കെള്ള ടീംസാണ്. ബൊക്കാടി കുടുംബത്തിനെ പറ്റീട്ട് കേട്ടിണ്ടോ?"

"ആ, അതാ എസ്റ്റേറ്റ് ഒക്കെള്ള ആൾക്കാരല്ലേ? മറ്റേ തടിമില്ലൊക്കേള്ള...?"

"അതന്നെ. എല്ലാം കുടുംബസ്വത്താണ്. ബൊക്കാടീന്റെ കൈയിലാണ് കല്ലുള്ളത്. ഇങ്ങളേല് വാങ്ങാൻ പാർട്ടിണ്ടെ പറ."

എല്ലാവരും പരസ്പരം ഒന്ന് നോക്കി. അപ്പോഴേക്കും ബ്രോക്കർ തന്റെ പെഗ് അകത്താക്കി അടുത്ത പ്രസ്താവന നടത്തി.

"കച്ചോടം നടന്നാ നമ്മളൊരാൾക്ക് നാല് ലക്ഷത്തിൽ കുറഞ്ഞ കമ്മീഷൻ കിട്ടാണ്ടിരിക്കൂല."

അതുവരെ മിണ്ടാതിരുന്ന മൂന്നാമൻ പോർക്കിനെ വഴിയിലുപേക്ഷിച്ചു പറഞ്ഞു,

"പാർട്ടി ഇമ്മളേലിണ്ട്. പക്ഷേ സാധനം ആദ്യം കാണണം. എന്നിട്ട് വേല ഉറപ്പിച്ചേന് ശേഷേ കാര്യം കബൂറാക്കാൻ പറ്റൂള്ളൂ."

ചിറിയൊന്ന് ആഞ്ഞു തുടച്ച് ബ്രോക്കർ ചോദിച്ചു,

"എപ്പോഴാ മ്മക്കൊന്ന് പോകാൻ പറ്റ്വാ?"

രണ്ടാമൻ: "നാളെ തന്നെ പോയ്ക്കളയാം."

“എന്റെ കാറില് പോവാ. അതാവുമ്പോൾ സൗകര്യത്തിൽ പോയിവരാ.” ഒന്നാമനും കൂട്ടത്തിൽ കൂടി.

നീലപ്പക നിറഞ്ഞ മേശപ്പുറത്ത് കൈപ്പുള്ള പത തികട്ടി മുട്ടും വരെ ഗ്ലാസുകൾ നിറഞ്ഞുകൊണ്ടിരുന്നു.

പിറ്റേന്ന് കൃത്യസമയത്ത് എല്ലാവരും എത്തിയതുകൊണ്ട്തന്നെ കോഴിക്കോട്ടങ്ങാടി താണ്ടാൻ അവർക്ക് പെട്ടെന്ന് കഴിഞ്ഞു.

കോട്ടയവും ബൊക്കാടിയും അവർക്കായി കാത്തിരിക്കുന്നുണ്ടാകാം...

## രണ്ട്

ഇരുവശത്തും ബുഷ് ചെടികൾക്കൊണ്ട് അലങ്കരിച്ച ഒരു നെടുനീളൻ വഴി ചെന്നു മുട്ടുന്നത് ബൊക്കാടിക്കാരുടെ വീട്ടുമുറ്റത്താണ്. വഴിയുടെ തുടക്കത്തിൽ ഒരു വലിയ കവാടവും അതിനൊരു ചെറിയ കാവൽക്കാരനുമുണ്ട്.

ഒന്നാമൻ കാറിൽനിന്നിറങ്ങി അയാളോട് കാര്യങ്ങൾ പറഞ്ഞപ്പോൾ, ആരെയോ വിളിച്ച് ഉറപ്പുവരുത്തിയതിനു ശേഷം അയാളവരെ അകത്തേക്ക് കടത്തിവിട്ടു.

“ഇയാക്ക് മനുഷ്യമ്മാരെ ഇത്ര പേടിയാണോ?”

മൂന്നാമൻ ചുറ്റിലുമുള്ള സിസിടിവി ക്യാമറകൾ നോക്കി പറഞ്ഞു.

ഒന്നാമൻ: “വലിയ പണക്കാരനല്ലേ. ഇതൊക്കെ വേണ്ടേ പിന്നെ.”

“ആ, പിന്നേ. ഇത്രയും കഷ്ടപ്പെട്ട് സമ്പാദിച്ച സ്ഥിതിക്ക് ഇത്രെങ്കിലും വേണ്ടേ.” രണ്ടാമനൊന്ന് തല ചുറ്റിച്ചു നോക്കി പറഞ്ഞു.

കാറിൽ നിന്ന് ഇറങ്ങിയപ്പോഴേക്കും പാന്റും ഷർട്ടും ഇട്ട ഒരു മധ്യവയസ്കൻ അവരെ സ്വാഗതം ചെയ്യാൻ ഓടിയെത്തി. ബ്രോക്കർ അയാൾക്ക് കൈ കൊടുത്തു. സംഭാഷണം ആരംഭിക്കാനുള്ള സംഭാഷണം ആരംഭിക്കപ്പെട്ടു.

“വഴി കണ്ടുപിടിക്കാൻ ബുദ്ധിമുട്ടായോ?”

“ഏയ് ഇല്ല. ബൊക്കാടി സാർ ഫേമസല്ലേ. അങ്ങോട്ട് വഴി ചോദിച്ചപ്പോഴേക്കും കൃത്യം പറഞ്ഞു തന്നു.”

മൂന്നുപേരും ബംഗ്ലാവിന്റെ വലുപ്പത്തിനുമുൻപിൽ അമ്പരന്ന് നിൽക്കുന്നത് ബ്രോക്കർ ഒന്ന് കണ്ണ് പാളിച്ച് നോക്കി ചിരിച്ചു.

ഒരു വലിയ ഹാളും കടന്ന് അവർ എത്തിയത് സ്വീകരണമുറിയിലാണ്. വെള്ള ചുവരുകളാലും മഞ്ഞ വെളിച്ചത്താലും വലിയ സോഫകളാലും സമൃദ്ധമായിരുന്നു ആ മുറി.

ഒന്നാമൻ രണ്ടാമന്റെ ചെവിയിൽ പറഞ്ഞു,

"ഇയാൾ ഒരു സംഭവം തന്നെ ലെ."

രണ്ടാമൻ തലയൊന്ന് നല്ലവണ്ണം ആട്ടി.

സ്വീകരിക്കാനെത്തിയ മനുഷ്യൻ അവരോട് ഇരിക്കാൻ പറഞ്ഞ് കർട്ടനുകൾക്കപ്പുറം മാഞ്ഞുപോയി. വാതിൽ കടന്ന് കുടിക്കാൻ തണുത്ത ജ്യൂസുമായി ഒരു സ്ത്രീ വന്നുപോയി.

അതിനിടക്ക് അവർ മുന്നിലുള്ള മേശപ്പുറത്തെ ലീഫ്ലെറ്റുകളും പത്ര ക്കുറിപ്പുകളും എടുത്ത് വായിച്ചു. അതു നിറച്ചും ബൊക്കാഡി ആ നാട്ടിൽ ചെയ്ത പുണ്യപ്രവർത്തികളെക്കുറിച്ചുള്ള എഴുത്തുകളായിരുന്നു.

"ഇതാണ് കാര്യം. ആളൊരു സാമൂഹ്യസേവകനാണ്. വെറുതെയല്ല പുറത്തൊക്കെ കുറെ ആൾക്കാര്." ഒന്നാമൻ ജനലിലൂടെ പുറത്തേക്ക് നോക്കി പറഞ്ഞു.

"ഇയാളിതെവിടെ?" മൂന്നാമൻ അസ്വസ്ഥനായി.

"ബേജാറാവല്ലെടോ. വലിയ മനുഷ്യനാ. കൊറേ കാര്യങ്ങളൊക്കെ ഇണ്ടാവും."

പെട്ടെന്ന് മറ്റൊരാൾ ഇതിനെല്ലാം മറുപടിയുമായി കർട്ടനപ്പുറത്ത് നിന്നും പ്രത്യക്ഷപ്പെട്ടു.

"സർ ഇപ്പോൾ വരും. ഇന്നലെ മുതൽ നിക്കുന്ന ആൾക്കാരുണ്ടേ.

പള്ളിക്കാരും അമ്പലക്കാരുമൊക്കെ ഉത്സവത്തിന്റെ പിരിവിനിറ ങ്ങിയിട്ടുണ്ട്. സർ അവരെ അറ്റൻഡ് ചെയ്തുകൊണ്ടിരിക്കാണ്. ഇപ്പൊ വരും. കഴിക്കാനെന്തെങ്കിലും?"

ബ്രോക്കർ: "അയ്യോ ഒന്നും വേണ്ട. ഞങ്ങൾ കാത്തിരുന്നോളാം. ഒരു പ്രശ്നോമില്ല."

ഇത് കേട്ടതും അയാളും പോയി മറഞ്ഞു.

ഒന്നാമൻ ബ്രോക്കറോട് പറഞ്ഞു,

"നമുക്കീ മനുഷ്യനെ കാണാൻ പറ്റിയതന്നെ വല്ല്യ ഭാഗ്യാ ലെ ബ്രോക്കറേ?"

മൂന്നാമൻ ദേഷ്യത്തിൽ ചുറ്റിലും നോക്കുക മാത്രം ചെയ്തു.

കാത്തിരിപ്പിന് അവസാനമിട്ട് ബൊക്കാടി അവിടേക്ക് കയറിവന്നു. വെള്ള കസവുമുണ്ടും, മങ്ങിയ വെള്ള ഷർട്ടുമിട്ട ഒരു മധ്യവയസ്കൻ. നല്ല തടിയുണ്ട്. താടിയും മീശയും നരച്ചുതുടങ്ങിയത് ഡൈ ചെയ്യാതെ വെച്ചിരിക്കുന്നു.

എല്ലാവരും ഒരുമിച്ച് എഴുന്നേറ്റ് നിന്നു.

“ഇരിക്കൂ, ഇരിക്കൂ.”

നാല് പേരും വിനയത്തോടെ ഇരുന്നു.

“കാത്തിരുന്ന് മുഷിഞ്ഞോ?”

“ഏയ് ഇല്ലാ. ഞങ്ങളിങ്ങനെ അങ്ങയുടെ കാര്യങ്ങളൊക്കെ വായിച്ച് ഇരിക്ക്യാരുന്നു.”

“കല്ല് ഞങ്ങൾക്കൊന്ന് കാണണം.”- മൂന്നാമൻ കയറിപറഞ്ഞു.

അനുയോജ്യമായ കാര്യം പറഞ്ഞപോലെ ബ്രോക്കർ അവനെ നോക്കി. ബൊക്കാടി ഒന്ന് ചിരിക്കുക മാത്രം ചെയ്തു. എന്നിട്ട് പറഞ്ഞു,

“നമുക്കൊന്ന് ഇരുന്ന് സംസാരിച്ചിട്ട് അതിലേക്ക് കടന്നാൽ പോരേ?”

“ഓ മതി.” ബ്രോക്കർ അറിയിച്ചു.

ബൊക്കാടി എന്ന മനുഷ്യൻ ആ സമയം ഒരാളെ വിളിച്ച് എന്തോ ആംഗ്യം കാണിച്ചു. നിമിഷങ്ങൾക്കകം ഒരു ടേബിൾ ഉരുട്ടിക്കൊണ്ട് ചെറിയ ഒരു മനുഷ്യൻ കടന്നുവന്നു. ആ മേശനിറച്ചും കോഴിപൊരിച്ചതും, പച്ചക്കറി സാലഡുകളും, ഫ്രൂട്ട്സുകളും, വിലകൂടിയ വിദേശ മദ്യവുമായിരുന്നു. ഒന്നാമൻ മദ്യക്കുപ്പിയിലേക്ക് കണ്ണ് പായിച്ചു. ജാക്ക് ഡാനിയൽസ്. ബ്രോക്കർ അഭിമാനത്തിൽ ഒന്ന് കൂടെ വന്നവരെ നോക്കി.

“എടുക്കൂ. കഴിക്കൂ.”

“കല്ലെപ്പോഴാണ് കാണാൻ കഴിയാ?”

മൂന്നാമൻ ആ മനോഹര നിമിഷത്തെ കൊല്ലുന്നത് കണ്ട് ഒന്നാമൻ പല്ലിറുമ്മി.

“എടോ നമുക്കൊന്നിരുന്ന് സംസാരിക്കാം. എന്നിട്ടതിലേക്ക് കടന്നാൽ പോരേ?”

ബൊക്കാടി തന്റെ സഹായിയോട് വിളമ്പാൻ ആജ്ഞാപിച്ചു. ജാക്ക് ഡാനിയേൽസ് എന്ന വിലകൂടിയ വീര്യത്തിന്റെ ഒഴുക്കിൽ പെട്ടന്നുതന്നെ അവർ മുങ്ങിപ്പോയി. മൂന്നാമൻ മാത്രം നിശ്ശബ്ദമായി പ്രതിഷേധമുയർത്തി മാറിനിന്നു.

ബൊക്കാടിയും ആവശ്യത്തിന് മദ്യപിക്കുന്നുണ്ട്. ഒരു കുപ്പി തീരാറായപ്പോഴേക്ക് മൂന്നാമൻ കേറി പറഞ്ഞു.

“ആ കല്ലൊന്നു കാണിച്ചുതന്നാൽ നമ്മക്ക് കാര്യങ്ങൾ ഉറപ്പിക്കായിരുന്നു.”

ഒരു നിമിഷത്തെ നിശ്ശബ്ദതക്ക് ശേഷം ബൊക്കാടി പറഞ്ഞു,

"ആ കല്ല് മൈസൂരുള്ള നമ്മുടെ സ്വാമിജിയുടെ കയ്യിലാണ്. നിങ്ങളെ അങ്ങോട്ട് അയച്ചിട്ട് കാര്യമുണ്ടോ എന്നറിയാനാണ് ഇങ്ങോട്ട് വരാൻ പറഞ്ഞത്."

മൂന്നാമൻ ഒന്നും പറയാതെ ദേഷ്യത്തിൽ പുറത്തേക്കിറങ്ങിപ്പോയി.

"നിങ്ങൾ മൈസൂർക്ക് ചെന്നോ. ഞാൻ അവിടേക്ക് വിളിച്ചുപറയാം." ബൊക്കാടി ബ്രോക്കറോട് പറഞ്ഞു.

എല്ലാവരും എഴുന്നേറ്റ് കൈകൊടുത്ത് പിരിഞ്ഞു. മൂന്നാമൻ അപ്പോൾ ഡ്രൈവിംഗ് സീറ്റിൽ മറ്റുള്ളവരെ കാത്തിരിക്കുന്നുണ്ടായിരുന്നു. എല്ലാവരും ഇഴയുന്ന കാലുകളോടെ കാറിൽ കയറി.

"ഇനി കല്ലും തിരഞ്ഞ് മൈസൂർ വരെ പോണോ?" മൂന്നാമൻ കുറച്ചെങ്കിലും ബോധമുണ്ടായിരുന്ന ബ്രോക്കറോട് ചോദിച്ചു.

"ഏതായാലും മെനക്കെട്ട് വന്ന്. മ്മക്കൊന്ന് പോയോക്കാ."

## മൂന്ന്

അന്ന് രാത്രി ഒരിടത്ത് തങ്ങി വീണ്ടും യാത്ര തുടർന്നു. ബൊക്കാടിയായിരുന്നു മൈസൂർ വരെ കാറിൽ നിറഞ്ഞുനിന്ന വിഷയം. മൈസൂരും കടന്ന് ബൊക്കാടി പറഞ്ഞ സ്ഥലത്തെത്താൻ അവർക്ക് അത്ര പ്രയാസമുണ്ടായിരുന്നില്ല. ആ സ്ഥലം ഏറെ വിചിത്രമായിരുന്നു. പ്രധാന റോഡിൽ നിന്നും ഒരു പ്രൈവറ്റ് റോഡ് ഉള്ളിലേക്ക്. അതിന്റെ കവാടത്തിൽ രണ്ടു-മൂന്ന് പേര് യൂണിഫോമും ലാത്തിയുമായി നിൽക്കുന്നു. കവാടവും യൂണിഫോമുകളുമെല്ലാം ഇളം നീലയെന്ന ഒരൊറ്റ നിറത്തിൽ മുങ്ങിനിന്നു. റോഡിനുമുൻപിൽ കാറെത്തിയതും ഒന്നും പറയാതെ അവർക്കുമുൻപിൽ കവാടം തുറക്കപ്പെട്ടു. ഒരു വലിയ ആശ്രമമാണത്. ചുറ്റുപാടും കാണുന്ന മനുഷ്യരിൽ മുഴുവനും നേരത്തെ കണ്ട ഇളം നീല വ്യാപിച്ചുകിടക്കുന്നുണ്ട്. പുരുഷന്മാരെല്ലാം തലമുടി വളർത്തി വട്ടത്തിൽ കെട്ടിവെച്ചിട്ടുണ്ട്. നാലുപേരും അന്തംവിട്ടുനിന്നു.

"ഇത് മ്മടെ നാട്ടിലെ കുതറ സ്വാമി സെറ്റപ്പല്ല. കണ്ടില്ലെടോ?" രണ്ടാമൻ ഉച്ചത്തിൽ പറഞ്ഞു.

അപ്പോഴേക്കും ഒരു സ്വാമിനി വന്ന് അവരെ അകത്തേക്ക് കൂട്ടിക്കൊണ്ട് പോയി. മുകൾനിലയിലെ ഒരു മുറിയിലിരുത്തി. അനേകം മുറികളുള്ള വലിയ കെട്ടിടമായിരുന്നു അത്.മുറിയിലേക്ക് അപ്പോഴേക്കും തണുപ്പിച്ച മോരെത്തി.

"കുങ്കുമപൂവൊക്കെ ഇട്ടിട്ടുണ്ടല്ലോ." ബ്രോക്കർ തന്റെ സ്വതസിദ്ധമായ

അഭിമാനത്തിൽ പറഞ്ഞു. ഒന്നാമൻ നടുവിലുള്ള മേശയിൽ അടുക്കി വെച്ചിരിക്കുന്ന പുസ്തകങ്ങളിൽ ഒന്നെടുത്തു. അത് എല്ലാവരും അനുകരിച്ചു. എല്ലാം സ്വാമിജിയെഴുതിയ പുസ്തകങ്ങളാണ്. അടുത്ത അത്ഭുതം അവരപ്പോഴാണ് മനസ്സിലാക്കിയത്. ഈ സ്വാമിജി സംസാരിക്കില്ല. സംസാരിച്ചിട്ട് വർഷങ്ങളായത്രേ!

ബ്രോക്കർ അത്ഭുതപ്പെട്ട് എല്ലാവരെയും നോക്കി.

"ബൊക്കാടിയെപ്പോലൊരാൾ ഇത്ര വളരാനുള്ള കാരണം കണ്ടില്ലേ! ഇത്തരം പുണ്യമായ കൂട്ടുകെട്ടുകൾ ഉണ്ടായിട്ടാണ്." രണ്ടാമൻ അഭിപ്രായപ്പെട്ടു.

അപ്പോഴേക്കും ഒരു ചെറുപ്പക്കാരൻ വന്ന് അവരെ മറ്റൊരു മുറിയിലേക്ക് കൂട്ടിക്കൊണ്ടു പോയി. 4 പേരിലും ആകാംക്ഷ വർദ്ധിച്ചു വരുന്നുണ്ട്. ഇടനാഴിയിലേക്ക് പ്രവേശിച്ച അവർ എത്തിയത് ഒരു ഇരുണ്ട മുറിയിലായിരുന്നു. എല്ലാവരോടും അയാൾ ഷർട്ട് അഴിക്കാൻ ആവശ്യപ്പെട്ടു. നാലു പേരും ഷർട്ട് അഴിച്ച് ബഹുമാനത്തോടെ പകുതി വളഞ്ഞു കൈകൂപ്പി നിന്നു. മുറിയുടെ ഒത്തനടുവിലുള്ള ചതുരത്തിൽ ഇരിക്കാൻ ആവശ്യപ്പെട്ട് ചെറുപ്പക്കാരൻ പോയി.

മൂന്നാമൻ അപ്പോഴും സംശയത്തോടെ ചുറ്റിലും നോക്കി. ഇരുട്ടിൽ നിന്ന് രണ്ടു പേർ വന്നു സ്വാമി വരുന്നുണ്ടെന്ന് അറിയിച്ചു. അപ്പോഴേക്ക് സ്വാമി ആ മുറിയിലേക്ക് പ്രവേശിച്ച് ചതുരത്തിനുള്ളിലിരുന്നു. മൂന്നാമനൊഴികെ എല്ലാവരും അയാളുടെ കാലിൽ വീണു. സ്വാമി ആംഗ്യത്തിലൂടെ അവരോട് ഇരിക്കുവാൻ ആവശ്യപ്പെട്ടു. സ്വാമിജി മാത്രം വെള്ള വസ്ത്രമായിരുന്നു ഉടുത്തിരുന്നത്. ഇരുന്ന ഉടനെ സ്വാമി തന്റെ ശിഷ്യന്റെ പക്കൽ നിന്ന് ഒരു സ്ലേറ്റ് വാങ്ങി എന്തൊക്കെയോ എഴുതി ശിഷ്യന്റെ കയ്യിൽ കൊടുത്തു. ശിഷ്യൻ അത് ഉറക്കെ വായിക്കുവാൻ തുടങ്ങി.

അതിൽ ബ്രോക്കറുടെ മാറാത്ത മുട്ടുവേദന മുതൽ ബാങ്ക് ലോണിന്റെ കാര്യം വരെ പരാമർശിച്ചിരുന്നു. ഇതുപോലെ ഒന്നാമന്റെയും രണ്ടാമന്റെയും കാര്യവിവരങ്ങൾ തെറ്റാതെ അയാൾ പറഞ്ഞു. മൂന്നാമന്റെ കാര്യങ്ങൾ എഴുതുമ്പോൾ മൂന്നാമൻ വളരെ അസ്വസ്ഥനായിരുന്നു.

"കല്ലെവിടെ?" അയാൾ ദേഷ്യപ്പെട്ടു.

അപ്പോഴേക്കും മൂന്നാമത്തെ കാര്യങ്ങൾ സ്വാമി സ്ലേറ്റിൽ എഴുതി, ശിഷ്യൻ വായിക്കുവാൻ തുടങ്ങി.

"നിങ്ങൾ ഏതാനും മണിക്കൂറുകൾക്കുള്ളിൽ ഒരു കൊലപാതകിയാവും. ഇതുവരെ ആവാഞ്ഞത് നിങ്ങളുടെ കൂടെയുള്ളവരുടെ പുണ്യം കൊണ്ടാണ്."

"ആരുടെ കൊലപാതകി?" ബ്രോക്കർ ഉച്ചത്തിൽ ചോദിച്ചുപോയി.

മൂന്നാമൻ ശിഷ്യന്റെ കൈയിലെ സ്ലേറ്റ് വലിച്ചെടുത്ത് നിലത്തെറിഞ്ഞു, ദേഷ്യത്തിൽ പുറത്തേക്ക് പോയി. തലയാകെ കറങ്ങുന്നുണ്ട് എന്ന് അയാൾക്ക് തന്നെ ഒരു നിമിഷം സംശയമായി.

ഈ ലോകം മുഴുവൻ എന്നെയിപ്പോൾ വിഴുങ്ങുമോ? അവിടെ നിൽക്കുന്ന ഒരോ നിമിഷവും അയാൾക്ക് തന്നിലുള്ള വിശ്വാസം നഷ്ടപ്പെടുന്നതായി തോന്നി. കുറച്ച് സമയത്തിനുള്ളിൽ ഒന്നാമനും രണ്ടാമനും ബ്രോക്കറും പുറത്തേക്ക് വന്നു.

"നീ എന്ത് പണിയാണ് കാണിച്ചത്?"

"മോശായിപ്പോയി." ബ്രോക്കർ കുറ്റപ്പെടുത്തി.

മൂന്നാമന്റെ ഉള്ളിൽ അപ്പോഴേക്കും അനേകം പൊട്ടിത്തെറികൾ നടന്നിരുന്നു.

"പിന്നെ ഞാനതൊക്കെ കേട്ട് നിക്കണോ? അയാൾ പറയുന്ന മണ്ടത്തരം!"

"ഹാ പോട്ടെ. മ്മളിവിടെ മറ്റൊരു കാര്യത്തിനാണല്ലോ വന്നത്."

ബ്രോക്കർ അനുനയിപ്പിക്കാൻ ശ്രമിച്ചു.

"നീ വാ. കല്ല് അപ്പുറത്തെ കെട്ടിടത്തിലാന്ന്. മ്മക്ക് അങ്ങോട്ട് പോവാ."

എല്ലാവരും ബ്രോക്കറെയും മൂന്നാമനെയും അനുഗമിച്ചു. ആ വലിയ ആശ്രമത്തിന് പുറകുവശത്ത് ഇടിഞ്ഞുവീഴാറായ ഒരു പഴയ ഇരുനില കെട്ടിടം ഉണ്ടായിരുന്നു. അതിന്റെ താഴത്തെ ഇടനാഴി താണ്ടി മരം കൊണ്ടുണ്ടാക്കിയ കോണിയിലൂടെ അവർ വരിവരിയായി മുകളിലേക്ക് കയറി. മൂന്നാമൻ മുന്നിലും ബ്രോക്കർ പുറകെയും രണ്ടാമനും ഒന്നാമനും അവർക്ക് തൊട്ടുപിന്നിലായും.

ഇരുട്ടിന്റെ നഗ്നതയിൽ അവർ പൂർണ്ണമായും മൂടപ്പെട്ടപ്പോഴാണ് ബ്രോക്കർ തന്റെ കയ്യിലുള്ള ഭാരമുള്ള കല്ലെടുത്ത് മൂന്നാമന്റെ തലക്കോങ്ങിയത്.

# പശി

മനുഷ്യരെ തൊട്ടല്ലാതെ ഫുട്പാത്തുകളിലൂടെ നടക്കാൻ സാധിക്കാത്ത മനുഷ്യരുടെ നിസ്സഹായാവസ്ഥയാവാം അവരെ സ്വന്തം കുളിമുറിയിൽ ഏറെനേരം കുടുക്കിയിടുന്നത്.

ഓഫീസിൽ നിന്ന് തിരികെ ആ കുടുസുമുറിയിൽ എത്തിയാൽ കൃത്യം 6:30ന് നാട്ടിൽനിന്ന് അവൾ വിളിക്കും. ഇടയ്ക്ക് അച്ഛനോട് സ്നേഹമുണ്ടെന്ന് കാണിക്കാൻ വേണ്ടി അവൾ മകളെയും വീഡിയോകോളിൽ കൊണ്ടുവരും. ലച്ചു ഇപ്പോൾ "അച്ഛാ" എന്നൊക്കെ വിളിക്കും. 8:30 ആയാൽ ആ പഞ്ചാബിത്തള്ള റൊട്ടിയും കറിയും സ്റ്റീൽ പ്ലേറ്റിലടച്ചു കൊണ്ടുവരും. കറിയിൽ ഉലുവ കുറയ്ക്കണമെന്ന് എത്ര പറഞ്ഞാലും അവർ കേൾക്കുകയേ ഇല്ല.

ഈ ഉണങ്ങിയ ചപ്പാത്തികൾ ആവർത്തനങ്ങളുടെ വിരസതക്ക് ആക്കം കൂട്ടുന്നുണ്ടോ? കല്യാണം കഴിഞ്ഞ ഉടനെ സംഗീതയെ ഇങ്ങോട്ട് കൊണ്ടുവരണം എന്ന് കരുതിയതാണ്. പക്ഷേ ഒന്നും ശരിയായില്ല. കഴിഞ്ഞ തവണ ലീവിന് നാട്ടിൽ പോയപ്പോഴാണ് ലച്ചു ഉണ്ടാവുന്നത്. തിരികെ വന്ന് രണ്ടുപേരെയും ഇങ്ങോട്ട് കൊണ്ടുവരണം എന്ന് കരുതിയതാണ്, അതും നടന്നില്ല. സംഗീതയെ പലപ്പോഴും അവളില്ലാതെ തന്നെ ഈ കിടക്കയിൽ ആസ്വദിച്ചിട്ടുണ്ട്. കഴിഞ്ഞ തവണ പോയപ്പോൾ ഞാനും അവളും ഫോണിൽ ഞങ്ങളുടെ കുറച്ചു വീഡിയോകൾ പിടിച്ചു വെച്ചിട്ടുണ്ട്. അതുകണ്ട് അവളെ ആലോചിച്ചാണ് ഞാനിപ്പോൾ എന്റെ കാര്യങ്ങൾ നടത്തുന്നത്. അവളെന്തായിരിക്കും ചെയ്യുന്നുണ്ടാവുക? ഇടയ്ക്കൊക്കെ ഒരു രസത്തിന് അവളോട് നഗ്ന ചിത്രങ്ങൾ അയക്കാൻ പറയാറുണ്ട്. അയച്ചു തരുമ്പോഴെല്ലാം എനിക്ക്

പറയാനുള്ളത് ഒന്ന് തന്നെ ആയി പോകാറുണ്ട്.

"നാട്ടിൽ വന്നിട്ട് നിന്നെ കാണിച്ചുതരാമെടീ..."

അപ്പോളവൾ വാട്സപ്പിലെ നാണംകുണുങ്ങി മുഖത്തെ ഇങ്ങോട്ട് അയക്കും. പ്രവാസം അനുഭവിക്കുന്ന എല്ലാ മനുഷ്യരും ഇങ്ങനെ തന്നെ ആകുമോ?

ദിവസങ്ങൾ കഴിയുന്നതനുസരിച്ച് ഈ ചപ്പാത്തിയുടെ ഉണക്കം കൂടി വരുന്നത് പോലെ. ബോറടി മാറ്റാൻ ഇടയ്ക്ക് ഓഫീസിൽ ഓവർടൈം എടുക്കാറുണ്ട്. ഇന്ത്യയിലെ ഏറ്റവും വലിയ നഗരം മനുഷ്യനെ എത്ര ത്തോളം ചെറുതാക്കി കളയുന്നു. ഒരു മാറ്റത്തിന് വേണ്ടിയാണ് ഇന്ന് ബസ്സിനു പകരം മെട്രോയിൽ കയറിയത്. വണ്ടിയിൽ കയറിയ നിമിഷം മുതൽ ഞാനത് ശ്രദ്ധിക്കുന്നുണ്ട്. ആദ്യം വിചാരിച്ചത് കമിതാക്കളാ യിരിക്കുമെന്നാണ്. പക്ഷേ സിന്ദൂരമുണ്ട്. തൊട്ടുമുന്നിലിരിക്കുന്ന ഈ ചെക്കനും പെണ്ണും ചുറ്റിലുമുള്ള ആളുകളെയൊന്നും ശ്രദ്ധിക്കുന്നതേയി ല്ല. അവർ തൊട്ടുരുമ്മി സ്നേഹിക്കുകയാണ്. സംഗീതയെ കല്യാണം കഴിച്ച് കുറച്ചുകാലം ഇങ്ങനെയായിരുന്നു. ഈ ചെറുക്കൻ അവൾക്ക് ചേരില്ല. എന്തു സുന്ദരിയാണവൾ.

അവളുടെ പിൻകഴുത്ത്! അതെന്നെ വിടാതെ പിടിച്ചു വലിക്കുന്നുണ്ട്. ഇടയ്ക്ക് നോട്ടം തെറ്റിച്ച് പുറത്തേക്കു നോക്കാൻ ശ്രമിക്കുന്നുണ്ട്. എങ്കിലും ഈ പിൻകഴുത്ത് എന്നെ വിടുന്നതേയില്ല. സംഗീതയുടെ പിൻകഴുത്ത് ഇത്ര മൃദുലമല്ല. ഇവരിങ്ങനെ പ്രണയിക്കുന്നത് ആരും കാണുന്നില്ലേ? ഞാൻ ഇങ്ങനെ നോക്കുന്നത് ആരെങ്കിലും കണ്ടു കാണുമോ?

വളരെ പെട്ടെന്ന് ഒരു വമ്പൻ ബ്രേക്കിൽ മെട്രോ നിന്നതും എന്റെ വലത്തെ ചെവിയിൽ ഈ വാക്കുകൾ വന്നു വീണതും ഒരുമിച്ചായിരുന്നു.

"നിനക്ക് വേണോ ഇവളെ? മണിക്കൂറിന് 500 തന്നാൽ മതി. റൂമുണ്ട്."

ഞെട്ടലിൽ തലതിരിച്ചൊന്ന് നോക്കി. ചുണ്ടിന് മുകളിൽ പച്ച ചായം തേച്ചത് പോലെ പൊടിമീശയുള്ള ഒരു ചെറുക്കൻ. നെഞ്ചിടിപ്പ് എന്തി നാണിത്ര കൂടുന്നത്? അവനെന്നെ നിർവികാരനായി നോക്കുന്നു, ഒന്നും സംഭവിക്കാത്ത പോലെ. മുന്നോട്ടു നോക്കി ഇരിക്കാൻ ശ്രമിച്ചു. പക്ഷേ എനിക്ക് തുടരാൻ സാധിച്ചില്ല. വേണോ? ഒരു മൂളൽ മതി കച്ചവടം ഉറപ്പിക്കാൻ. അവൻ അതിന് കാത്തിരിക്കുകയാണ്. മെട്രോ ഓരോ സ്റ്റോപ്പിലും എത്തുന്നത് വളരെ പതുക്കെ ആവുന്നത് പോലെ. ആൾക്കൂ ട്ടത്തിലെ ശബ്ദം മങ്ങി വരുന്നു. വേണമെന്നൊരു ശക്തനായ ഞാൻ ആവശ്യപ്പെടുന്നു. വേണ്ട എന്നൊരു ദുർബലനായ ഞാൻ കെഞ്ചുന്നു. ഒന്നു കണ്ണടച്ചു തുറന്നപ്പോൾ ആദ്യം കണ്ടത് ആ പിൻകഴുത്താണ്.

തടുക്കാനാവാതെ ഞാനൊന്ന് വലത്തോട്ട് നോക്കുക മാത്രം ചെയ്തു. അവൻ അതിനൊരു തലയാട്ടൽ മാത്രം നൽകി. മെട്രോയുടെ വേഗത പൂർവസ്ഥിതിയിൽ എത്തിയതുപോലെ. രണ്ടു സ്റ്റോപ്പുകൾ കഴിഞ്ഞപ്പോൾ അവൻ കാലിൽ തട്ടി. എഴുന്നേൽക്കാനുള്ള സിഗ്നൽ ആണത്. ഞങ്ങൾ നാലുപേരും ഇറങ്ങി.

മൂന്നുപേരും മുന്നിൽ നടന്നു തുടങ്ങിയപ്പോൾ കയ്യിലെ സൈഡ് ബാഗ് മുറുകെപ്പിടിച്ചുകൊണ്ട് അവരെ പിന്തുടർന്നു. ഇടയ്ക്കെപ്പോഴോ അവന്മാര് രണ്ടുപേരും ഏതോ വഴിയിലേക്ക് മറഞ്ഞു. അവളും ഞാനും മാത്രമായി. ഒരു ഇടുങ്ങിയ തെരുവിലാണ് ഞങ്ങൾ എത്തിയത്. ഇത്രയും ഇടുങ്ങിയ സ്ഥലത്ത് എങ്ങനെയായിരിക്കും ഇവർ ജീവിക്കുന്നത്. എങ്ങനെയായിരിക്കും ഇവരുടെ ഇണകളെ ഭോഗിക്കുന്നത്. ശ്വാസത്തിന്റെ ഒച്ചയും സ്റ്റീൽ കട്ടിലുകൾ ഇളകുന്ന ശബ്ദവും അപ്പുറത്ത് കേൾക്കില്ലേ?

ഈ ചെറിയ തെരുവിന് ഒരുപാട് ശാഖകളുണ്ട്. അവയിൽ നിറയെ മനുഷ്യർ താമസിക്കുന്ന മാളങ്ങളാണ്. അവയൊന്നിലൂടെ ഞങ്ങൾ എത്തിച്ചേർന്നത് ഒരു ടയർ കടയുടെ മുൻപിലാണ്. അവൾ അതിന്റെ ഇടതുവശത്തുള്ള കുഞ്ഞു കോണിപ്പടിയിലൂടെ കയറി. ടയർ കടയിലെ വൃദ്ധൻ എന്നെ നോക്കിയോ? ഏയ് ഇല്ല. അവിടെയുള്ളവരെല്ലാം അവരവരുടെ ശീലങ്ങളിൽ കുടുങ്ങിയിരിക്കുകയാണ്. മുകളിൽ നിരയായി അനേകം കുടുസ്സ് മുറികൾ. എല്ലാത്തിലും ഇവളെ പോലെയുള്ള സുന്ദരികൾ ആയിരിക്കുമോ?

“ആ മേശവലിപ്പിൽ 500 രൂപ വെച്ചോളൂ.”

ഒരു കുഞ്ഞിനെപ്പോലെ ഉടനെതന്നെ ഞാനെന്റെ പേഴ്സിൽ ഉള്ള പണം അവിടെ വച്ചു. സ്വിച്ച് ഇട്ടത് പോലെ പെട്ടെന്ന് അവൾ അടിവസ്ത്രം ഊരി സാരി മുകളിലേക്ക് വലിച്ചു കയറ്റി മലർന്നു കിടന്നു. ഇത് എന്നെയൊന്ന് മടുപ്പിച്ചെങ്കിലും ഞാനാ പിൻകഴുത്തിൽ നോട്ടമുറപ്പിച്ചു. ഞാനെന്റെ വസ്ത്രങ്ങളൂരി അവൾക്ക് മുകളിലായി കിടന്നു. എന്നിട്ട് മുഖത്ത് ചുംബിക്കുവാൻ തുടങ്ങി.

“നിർത്തു...”

മുഖം വെട്ടിച്ച് അവൾ താക്കീത് നൽകി.

“മുഖത്ത് ചുംബിക്കാൻ പാടില്ല.”

ഒന്ന് ചൂളിപ്പോയെങ്കിലും ഞാൻ അവളുടെ കഴുത്തിലേക്ക് നോക്കി. എനിക്ക് എന്റെ ആദ്യരാത്രി ഓർമ്മ വന്നു. സംഗീത! അവൾ അന്ന് ഇതുപോലെ ചെറുതായൊന്ന് തടഞ്ഞിരുന്നു. പക്ഷേ എനിക്കത് ഇഷ്ടമായിരുന്നു. ഞാൻ താക്കീത് വകവെക്കാതെ വീണ്ടും ചുംബിക്കാൻ

തുടങ്ങി. എന്റെ പിടിയിൽനിന്നും എഴുന്നേൽക്കാൻ ഇവൾ ശ്രമിക്കുന്നുണ്ട്. ഞാൻ അതൊന്നും വകവെക്കാതെ എന്റെ ബലം മുഴുവനുമെടുത്ത് അവളുടെ കയ്യും കാലും ഞെരുക്കി പിടിച്ചു. ശബ്ദിക്കാതിരിക്കാൻ വായും പൊത്തിപ്പിടിച്ചു. കരച്ചിലിന്റെ നിസ്സഹായത ചെവിയിൽ മുഴങ്ങുന്നുണ്ട്. ഞാനവളുടെ കാലുകൾ ബലമായി വിടർത്തി ആഴ്ന്നിറങ്ങി.

"കോണ്ടം, സാലാ" എന്നവൾ മുരളുന്നുണ്ട്. അതിലൊരു സുഖമില്ല. വായ പൊത്തി മുഖത്തൊന്നാഞ്ഞടിച്ച് ഞാൻ തുടങ്ങി. അറിയാതെ "സംഗീ" എന്നുമാത്രം വിളിച്ചുപോയി.

എല്ലുകളുടെ ഞെരുക്കം, കരച്ചിൽ, ചുവരിലെ നരച്ച നിറം, ടയർ കടയിലെ ആളുകളുടെ ബഹളം, അതിനിടയിലെപ്പോഴോ ഒരു ശബ്ദം,

"മുജേ HIV ഹേ സാലാ!"

എന്നിട്ടും, നിർത്താതെ ഞാൻ തുടർന്നു. അടുത്ത നിമിഷത്തിൽ ഞാൻ തളർന്നു വീണു പോയി. അവൾ എന്നെ അടിച്ചു. ഹിന്ദിയിൽ എന്തൊക്കെയോ തെറിവിളിച്ച് ഇറങ്ങിപ്പോകാൻ പറഞ്ഞു.

എല്ലാം കഴിഞ്ഞു. ഞാനെന്താണ് ചെയ്തത്. എനിക്ക് കരച്ചിൽ വന്നു. ഉറക്കെ ചുവരിൽ തലതല്ലി കരയുവാൻ തുടങ്ങിയപ്പോൾ, അവൾ എന്നെ നിർവികാരയായി തൊഴിക്കാൻ തുടങ്ങി.

"ബാഹർ നികലോ മാതാച്ചോദ്!"

കരഞ്ഞുകൊണ്ട് ഞാൻ വേഗം വസ്ത്രം എടുത്തിട്ട് പുറത്തേക്കിറങ്ങി. തലകറങ്ങുന്നു. സമയം നോക്കാൻ ഫോൺ എടുത്തപ്പോൾ, അതിൽ സാധാരണ ഓഫീസിൽ നിന്ന് തിരിച്ചെത്തുമ്പോൾ എനിക്ക് വിശപ്പടക്കാൻ ഉണങ്ങിയ ചപ്പാത്തിക്കൊപ്പം സംഗീത അയച്ച തരാറുള്ള അവളുടെ ഉണങ്ങിയ ചിരിയുള്ള നഗ്ന ശരീരങ്ങൾ.